I0582557

*người đi theo bóng*
tập truyện

NGƯỜI ĐI THEO BÓNG
*Tập truyện*
CUNG TÍCH BIỀN

Thao Thao Xuất bản 2022

Chủ biên Trần Ngọc Nhị Hoàng
Đọc bản thảo: Nhị Hoàng

Trình bày Bìa: Hubert Phan
Tranh bìa: GiaK
Dàn trang: Lê Giang Trần

Copyright © by CUNG TÍCH BIỀN

# CUNG TÍCH BIỀN

# NGƯỜI ĐI THEO BÓNG

Tập truyện

THAO THAO - 2022

*Con làm Nam Hải Điếu Đồ*
*Ngồi câu con Cá Hư Vô Tâm Hồn*
Bùi Giáng

# Lời Thưa của Tác giả

Trong cuộc buồn vui của chữ nghĩa, Tác giả tạm bằm cắt đời viết của mình ra làm ba thời kỳ.

Một, trước 1975, thời Cộng Hòa [1956-1975]. Sau những bút hiệu thử thách ban đầu, Tác giả đã ký một bút hiện sau cùng từ năm 1966 cho tới nay, là Cung Tích Biền.

Hai, sau tháng Tư 1975, sống trong nước dưới chế độ Xã hội Chủ nghĩa, những sách in ấn dưới thời Cộng Hòa bị thu gom, đốt bỏ, hầu hết người cầm bút bị bách hại, tù đày, Tác giả ngưng viết 12 năm [1975-1987], rồi viết lại từ 1987 đến 2016.

Từ tháng 10-2016, Tác giả định cư tại Mỹ, xem như giai đoạn sau cùng. Tác giả còn viết khá nhiều, sưu lục toàn bộ tác phẩm đời viết, hoàn tất bộ Hồi ký.

Tập truyện *Người đi theo bóng* là tập họp một số truyện ngắn Tác giả viết trước 1975. Đã từng được đăng tải trên các Tạp chí, Tuần báo tại Sàigòn dưới thời Cộng Hòa, như Nghệ Thuật, Văn Học, Bách Khoa, Khởi Hành, Đời, Vấn đề, Lý Tưởng, Quần Chúng, Diễn Đàn.

Thuở xa xưa ấy, đời lính, chết nay sống mai, luôn bận việc binh, thêm là nhu cầu đăng tải của các báo, *viết xong là đăng ngay*; nên, hầu như truyện nào khi có mặt trên sách báo của Tác giả, thời ấy, cũng đều là những bản... *sơ thảo*. Phần lớn được viết từ các tiền đồn. Độc giả thương tình khen hay, nhưng thực sự, là Tác giả chưa hề có tâm đọc lại, phúc thảo cho tròn trịa.

Sau tháng Tư 1975, cuộc đổi đời quá lắm, thời thế nhiễu nhương, buồn uất sinh ra suy nghĩ lung tung, thất nghiệp sinh ra rảnh rỗi, chữ nghĩa luôn cuồng si sóng bạo, Tác giả có đọc lại một số các truyện cũ, nhân thể, hăng máu ra công phúc thảo. Việc phúc thảo này, thay vì điểm chuyết đôi chỗ, Tác giả đã sa đà "làm mới" gần như... *viết lại một tác phẩm đã công bố rồi*. Vô tình, trở thành một truyện khác. Là một dạng F1 của F.

Độc giả đọc Cung Tích Biền từ 1966 – không kể một số truyện sơ nguyên thử thách ban đầu lúc chưa ký bút hiệu Cung Tích Biền, có từ 1956 – người trẻ nhất, nay cũng đã tuổi ngoài 70 tuổi. Quý độc giả, khi đọc tập truyện này, có thể ngờ ngợ, mình đã gặp truyện ná ná vầy ở đâu rồi. Ờ thì đúng, con bé quê thời xưa, bây giờ nó khác, vì – mới bước ra từ... thẩm mỹ viện!

"Viết lại", sau nhiều biến chuyển thời thế, Tác giả nhiều tuổi hơn, giàu kinh nghiệm sống, suy nghiệm chín chắn hơn nhưng phần nào mất đi cái chính trực, thật thà cái thông minh, bãng lãng thời tuổi trẻ.

Tuy nhiên trong hằng hà truyện ngắn trước 1975, Tác giả cho xuất bản một số lượng rất ít, ngoài phần "biến dạng" nói trên, hãy còn rất nhiều truyện liên tục được các tạp chí, báo đài đăng/đọc lại, có mặt trong các số đặc biệt, các đài phát thanh, tất thảy đều là nguyên bản như đã công bố ban đầu. Không hề có chỉnh sửa một đoạn, thậm chí một câu văn nào. Nếu có, chỉ là một đôi chữ riêng lẽ.

Tác giả công bố một số F1 trong tập này. Âu, cũng là cái thịnh tình mong muốn quý Độc giả có dịp đọc được một phần trong tổng thể những gì Tác giả đã sáng tác dưới thời Cộng Hòa, thời huy hoàng của Thần Tự Do.

Kính cáo.

Cung Tích Biền.

*Midway City, Orange County, 10-2021*

# QUÁN CHIỀU

Tôi bước vào quán cà phê Thu Hương, buổi chiều bên ngoài đã xuống lặng lẽ, đường phố Sàigòn người người hối hả trở về căn nhà chờ đợi đêm nóng sốt. Tôi nói đêm nóng sốt bởi Sàigòn hôm nay, lúc này, cuộc chiến Bắc Nam đã hơn một thập kỷ, đã đến đỉnh điểm của cuộc tính sổ một mất một còn. Sàigòn chẳng còn cái thanh bình ích kỷ của riêng; chẳng còn đêm mịn màng với ướt sũng tình ca, hạnh phúc loang loáng trên những sàn nhảy những lầu cao. Lịnh cấm mở cửa vũ trường đã có hiệu lực. Sàigòn 1968, của những ngày đêm giới nghiêm; lính văn phòng đi lại trong nội ô cũng phải bận binh phục tác chiến như lính ngoài mặt trận.Tôi đi luôn vào trong, nơi gần quầy hàng, ngồi xuống, gọi một ly cà phê. Tôi cởi cái nón nhà binh bỏ trên bàn, ngồi tréo chân lên, đưa tay vào túi tìm gói thuốc lá.

Quán Thu Hương nằm trên đường Hai Bà Trưng, gần nhà thờ Tân Định. Ngồi đây, chiều vàng, từng giọt cà phê đắng, và tiếng chuông chiều, cũng đủ tình ly hương. Tôi, một thanh niên gốc Xứ Quảng, ra trường Đại học, đi dạy học ở một trường thuộc vùng tranh chấp nặng nề, xôi đậu đan xen nhau Quốc-Cộng. Học trò của tôi nhiều em ban ngày học tại trường phải hát quốc ca Cộng Hòa, đêm về học cách học cách đánh du kích, ném lựu đạn, bắn tỉa, học nghệ thuật nằm vùng. Ngồi đây quán chiều, trong nắng vàng, tôi xa nhà.

Quán gồm hai phần, phần bên trong mái nhà cũ kỹ, phần bên ngoài là khoảng sân rộng bày đầy bàn ghế nhỏ, loại bàn ghế dành cho những cốc cà phê đen những chàng tuổi trẻ ngồi ngậm điếu thuốc lá trên môi tư lự.

Bây giờ phần bên ngoài quán, nơi khoảng sân vườn có những tượng mỹ thuật những khóm hoa kiểng loại bon sai thơ mộng, đã đầy những mái tóc đen cùng những ánh thuốc bùng lóe lên trong hơi chiều đã nặng. Không có nhạc. Chiều xám quá. Người bồi bàn bê đến một phin cà phê, đặt xuống trước mặt tôi, anh ta hỏi: "Ông cần gì nữa thôi?" Tôi nói: "Cho xin gói thuốc lá, cảm ơn." Một bao Lucky Strike đầu lọc. Trên bao bì toàn chữ Ăng-lê không tìm thấy một dấu vết gì Việt Nam. Tôi vẫn dùng thuốc lá bọc chữ Mỹ đấy à? Ngày xưa khi Tấn còn sống, mỗi lần gặp nhau Tấn thường nhìn vào thân thể tôi, nhìn điếu thuốc trên môi và nói: "Người Mỹ làm mới thân thể chúng ta, áo quần nhà binh, gương lược, đồng hồ, thuốc lá, kể cả khí giới nữa."

Sau câu nói của Tấn tôi mỉm cười. Hồi ấy tôi đã trả lời: "Sợ chúng ta không khôn ngoan như người Nhật, để nắm lấy cơ hội thời hậu chiến, đó thôi. Người Mỹ đã ném bom tàn phá nước Nhật, nhưng rồi chính người

Mỹ, không ai khác, đã giúp đỡ, phục dựng mọi mặt cho nước Nhật. Người Nhật xem như một nhục nhã nhưng họ biết nắm cơ hội, và bây giờ họ đã không Mỹ hóa. trở nên thịnh vượng.

Tấn, người bạn hiền hòa, học cùng lớp với tôi nơi Phố Cổ năm xưa, giờ đã chết rồi. Chết vì mìn, trên một chuyến công tác từ Tam Kỳ vào Quảng Ngãi, lúc 11 giờ sáng. Có một người con gái từ vùng núi Đại Lộc – quê của Tấn – đến nhận xác anh, nhưng thời buổi ấy trận chiến đã khốc liệt, đường đi lại đã mất an ninh, quan tài Tấn không thể đưa về quê nhà.


2


Tôi cho đường vào ly, cầm cái muỗng khuấy, cà phê đen làm tôi thèm mấy hột mưa, sao buổi chiều nay trời không mưa, dù một cơn mưa thưa, một đợt sa mù nhẹ thoảng.

Một người đàn bà từ ngoài đi vào. Bà ta đi ngang qua mấy hàng ghế đông người, dừng lại ở quầy hàng, lát sau bà ta tự bưng ra một ly nước lọc và một bình ya-ua. Bà đi quanh quanh tìm chiếc ghế trống, sau một phút lưỡng lự bà ngồi xuống cùng bàn với tôi, đối diện, sau khi xin phép được ngồi chung bàn.

Tôi nghiêng đầu ra dấu chào. Người đàn bà một hình hài già nua, tóc bạc, răng lưa thưa rụng, nhưng đôi mắt còn rất trong sáng, ăn vận áo dài sang trọng. Bà ta múc muỗng ya-ua trắng đục, ăn như kẻ vội vã, kẻ thèm. Người đàn bà già nua ấy lắc đầu. bà ta hỏi:

- Thế nào cậu? Cậu xem tình thế có yên được không. Chúng tôi lo lắng quá. Đêm nằm không ngủ được. Đã bỏ xứ ngoài vào đây chẳng lẽ…

Tôi nhìn bà ngạc nhiên. Quán cà phê Thu Hương mặc nhiên như một quán dành riêng cho những chàng trai trẻ. Con gái vào đây là loại gái bất thường, gái chịu chơi – hay các cô gái vì theo tình nhân nên vào ngồi cho ấm buổi chiều. Bây giờ trước mặt tôi có một người đàn bà. Tôi thấy hồn mình ngây ngây, từ cõi sâu tâm tưởng thâm thấp những hoài nghi. Thời gian gần đây bất cứ gặp người lạ mặt nào tôi cũng xem họ có điên hay không. Đây là thời của nhân quần mất trí. Thấy tôi ngồi thẫn thờ bà ta nói tiếp, nói như một mình, như tôi chỉ là cái bóng mờ hút nào đó:

- Đêm nằm tôi không sao ngủ được, súng nổ Gò Vấp súng nổ ở Thủ Thiêm. Tại sao lại súng nổ trong này nhỉ. Tại sao ánh hỏa châu lại chập chờn ma trơi trên những đường phố lẽ ra bình yên. Mấy đứa con trai tôi đi lính hết rồi. Tôi bỏ đất Bắc vào Nam đã trên mười năm rồi. Tiếng nổ như tìm theo bước chân kẻ nào muốn trốn thoát nó. Chiến tranh là thế nào hở cậu. Tôi bị đau bao tử, không ăn cơm được, tôi ăn ya-ua đây cậu – Bà nhăn mặt, khó khăn như cố vượt qua một cơn đau len lỏi trong châu thân. Bà uống một hớp nước lọc – Thế nào cậu, là một sĩ quan cậu có hiểu được chút nào về cái tình thế âm u này không?

- Thưa cụ cháu không biết.

Bà ta lắc đầu. Tôi đau bao tử nên tôi ăn ya-ua đây cậu. Con tôi đi lính hết cả rồi. Bà lặp lại, câu nói trở nên mơ hồ, như sám hối, như lời kinh nguyện.

Mái tóc ấy trắng. Làn da ấy những nếp nhăn của trĩu nặng gió mưa. Tôi cũng có một người mẹ, lúc này, mẹ sống cách biệt tôi non một nghìn cây số. Mẹ bị lao phổi nằm điều trị tại nhà thương Huế. Ba người con trai của mẹ cũng đi hết cả rồi. Cả ngoài Bắc lẫn trong Nam. Anh ruột tôi ra đi từ buổi đất nước chia đôi, bây giờ anh là một sĩ quan, đang trên đường mòn núi rừng để vào Nam. Có thể giờ này anh đang qua một con suối, đang cùng đồng đội mở một sinh lộ giữa Trường Sơn hiểm nghèo để chuyển quân. Hay có thể anh đã nát tan dưới một trận mưa bom B52 ban chiều.

Hôm qua tôi nhận được cú điện thoại của một người anh ruột khác, thông báo anh vừa bị ám sát hụt. Đây là lần thứ ba anh sống sót. Anh làm quận trưởng một quận tại Quảng Ngãi. Anh hành quân bình định nông thôn khá tài tình, anh được thăng chức và nhận huân chương; cùng lúc anh bị bên kia – bên người anh ruột thứ nhất của tôi – kết tội phản bội tổ quốc, bị lên án tử hình. Pháp trường là hình thức lưu động trên nước non này, bắn trực tiếp, cài chất nổ vào xe jeep.

Sáng nay tôi nhận được thư của mẹ từ miền Trung gởi vào, mẹ hộc ra máu đã nhiều ngày. Bệnh lao đã vào thời kỳ kháng thuốc. Cha tôi cũng chết vì lao phổi. Chẳng còn ai là con của mẹ, bên mẹ lúc này. Tôi rất muốn về thăm mẹ nhưng không được phép. Tôi là một sĩ quan ra trường Võ Bị Thủ Đức nhưng hiện đang bị chính quyền chỉ định cư trú – đúng ra là lưu đày – về miền Tây, cách ly Miền Trung trong bốn năm. Tôi đóng quân trong khu vườn rộng lớn của Hội Đồng Điều – Ông Hội Đồng tên Điều là một nhà đại điền chủ bậc nhất nhì của Bạc Liêu thuở xa xưa. Đêm, từ đây những tràng 105 ly của tiểu đoàn 211 Pháo binh Cộng Hòa nổ liên hồi đáp trả những đợt pháo ác liệt của quân Bên Kia từ ngoại ô xa dội vào lòng thành phố.

- Thanh niên nhà ai cũng đi hết cả rồi, chết phân nửa rồi. Sao, cậu thấy tình thế bao giờ thì êm?

Bà nhắc lại, hoang mơ và xa vắng. Tôi ái ngại, nhìn thẳng vào dung nhan già nua ấy một lần nữa. Khuôn mặt phảng phất nếp cũ, đẹp và sang cả ấy, không phải của một kẻ mất trí được, như tôi có thói quen hằng nghĩ xét về mọi người. Tôi hoang mang hỏi lại:

- Cụ hỏi thật đấy à. Cụ nói chuyện thật tình đấy à?

- Cậu hỏi tôi đấy à. Cậu… cậu có điên không?

- Không, tôi hỏi có phải nảy giờ bà đã nói chuyện với tôi không?"

- Vậy tự nảy giờ tôi không hề nói chuyện với cậu à. Sao cậu không hề biết người ta đang bàn tính để quyết định số mệnh các cậu trong cuộc tương tàn này?"

- À, tôi hiểu rồi, ủa mà sao cụ ưu tư đến việc đó. Kìa, sao cụ nhăn mặt, cụ đau lắm hà?"

Người đàn bà mở mắt:

- Mỗi lần ăn vào tôi đau quá. Gia đình tôi có bốn đứa con, hồi vào Nam bị kẹt ngoài ấy hai đứa, chồng tôi cũng kẹt ngoài ấy.

Tôi cắt ngang:

- À tôi, cháu hiểu rồi cụ ạ, cháu hiểu chuyện của cụ nhưng cháu không biết gì về những gì sắp tới. Dẫu có biết cháu cũng không làm được gì để thay đổi theo ý muốn của mình. Cái chết của tụi cháu đã được thời thế niêm yết từ lâu.

Tôi cúi xuống rít một hơi thuốc và nhớ là mình đã bao nhiêu lần trả lời như thế với nhiều người. Và tôi đi hỏi mọi người, mọi người cũng trả lời y hệt như tôi. Chúng ta hỏi nhau cho đỡ buồn. Tâm sự như một phản kháng mến yêu và sầu não. Bên bờ cái hố thẳm định mệnh, trước cái tình thế lẫn thế trận bàng bạc nỗi đau và chết; chính chúng ta phải đảm nhận, tuyệt đối phải nhận lãnh hậu quả; nhưng chúng ta không có quyền lựa chọn số phận cho chính mình. Chúng ta như những kẻ mù không may gặp nhau trong đêm tối. Chàng này hỏi gã kia: "Ồ, anh có thấy quan cảnh đẹp không anh, mặt trời lên đấy hả anh, đẹp nhỉ?" Gã kia lại phân vân: "Hả, đằng đó anh đã thấy rồi hả, ánh sáng, anh thấy ánh sáng rồi à?"

Cho dẫu một ngày nào đó anh mù này lẻo mép đánh lừa anh mù kia bằng câu nói dối: "Tôi tìm ra rồi anh ơi, ôi, quang cảnh thật là rực rỡ." Bấy giờ chàng mù kia cũng chỉ nghe, chẳng bao giờ y có mắt mở để thưởng ngoạn cái đẹp kia, chẳng bao giờ có hoàn cảnh để thực nghiệm, biết rõ thực hư. Một cách đu dây lý tưởng. Đấy, bọn tôi mù tương lai.

Hồi nhỏ tôi đã biết yêu thương nỗi mệt nhọc của những con ngựa ốm o khom lưng kéo cái xe thổ mộ nặng nề, người xà ích thâm độc quất vèo vào chiếc lưng con vật khốn khổ ấy lằn roi tàn ác. Người cầm roi muốn mau đến đích khi con ngựa chưa bao giờ được lời dặn bảo cái nơi phải tới. Thuở nhỏ tôi cũng bàng hoàng trước hình ảnh con trâu kéo cày, người nông phu trên cánh đồng chói chang; tôi cảm mến kẻ gánh gồng lặn lội giữa bãi cát nóng bỏng, kẻ chèo thuyền ngược dòng nước, tôi bàng hoàng trước hết thảy những thân phận bị đè nặng bởi nghịch cảnh.

Vào đời, tôi đi giữa những con đường quyết định: đường tương lai, đường tổ quốc, đường tình yêu. Mọi con đường hôm nay xem ra đều ngược chiều hạnh phúc.

Người đàn bà ăn hết hũ ya-ua thứ hai toan đứng lên, lại ngồi nán uống hết ly nước lọc. Cái đầu bạc trắng ấy lắc lư.

- Sao cụ lại lắc đầu hoài? tôi hỏi.

Bà cụ chậm rãi trả lời:

- Mỗi cái lắc đầu một chán nản. Hồi đầu chỉ là một sự thất thường, sau thành quen đi cậu ạ. Tôi khuyên cậu khi gặp việc không vừa ý, buồn phiền, chớ nên lắc đầu.

- Không lẽ đến một ngày cái bất thường ấy trở thành thường xuyên, cụ lắc đầu triền miên sao?

Cụ già trợn mắt lên nhìn tôi như nhìn một quái vật:

- Cậu nói sao? Tôi già rồi, tôi không còn sức sống để trấn áp sự bất thường không mấy tốt lành trở thành cái thường xuyên. Có mỉa mai, cậu nên dành cho thế hệ đi trước, những bậc cha anh của cậu, những người có trách nhiệm với chính các cậu kia kìa.

- Ấy, cháu xin lỗi cụ.

Tôi nhìn bà. Trong đôi mắt già nua nhưng trong sáng ấy niềm mong đợi của mẹ tôi; hai con người hiền từ ném vào không gian gai lửa thăm thẳm này những lo âu; hai con mắt cửa ngõ hoang đường đó có câu hỏi: "Bao giờ con trở về?" Nhưng ngày cửa ngõ ấy khép lại con đã chết cong queo trên non núi, hay con đã về trong chiếc áo quan, giữa buổi chiều, buổi tối, hay đêm khuya, mưa gió quật phũ phàng vào nỗi đau.

Tôi đưa tay cầm cái hộp quẹt, như phải phác một cử chỉ để che đậy nỗi bối rối. Bà cụ nhìn nghiêng. Một vài thiếu niên từ ngoài đi vào, tất cả ăn mặc theo lối mới, tóc tài tử, chân đi dép thời trang. Họ ngồi xuống lặng lẽ mỗi góc bàn, đêm đã ngự bên ngoài, hơn vài tiếng đồng hồ nữa là giới nghiêm. Thời gian con đường bất tận, nhưng thời gian chung quanh đây bị cắt xén ra, ngày tháng bị đóng khung lại từng phần: phần được ra phố, phần thui thủi trong nhà, phần dành cho nhưng cuộc kiểm soát, phần của súng nổ, tiễn đưa hay tưởng niệm. Chỉ khi nào, một kẻ chẳng may chết đi, kẻ ấy mới chiếm được cái tính chất thăm thẳm hư vô của thời gian. Tôi hỏi bà cụ:

- Thưa cụ chắc ngày xưa cụ …

- Vâng, tôi ngày trước là một giáo sư trường Trưng Vương. Bây giờ tôi bảy mươi tuổi rồi.''

- À …

Tôi thở ra vô tình. Một vô tình làm tôi thỏa mái như làn hơi đã bốc lên từ một mớ rơm rạ nắng non gặp cơn mưa. Tôi nói:

- Từ nảy giờ cháu cũng nghĩ rằng cụ là một...

- … Người có học?

- Dạ.

- Đâu phải người có học mới suy tưởng. Chiến tranh đã làm khôn lớn dân tộc mình đó cậu ạ. Người dân quê, kẻ ít học, hôm nay cũng đã biết, đã âm thầm cưu mang, cái cay đắng sâu xa nơi mỗi số mệnh người.

- Cháu nghĩ chiến tranh làm cho dân tộc ta tan hoang. Một tan hoang khó bề phục tạo.''

- A, tôi đau bụng quá cậu. Tôi xin phép cậu.

Bà cụ nhổm lên toan trả tiền. Tôi nhanh nhẹn nói:
- Cháu xin lỗi cụ cho cháu trả tiền.

Tôi trao cho người bồi bàn một trăm bạc. Bà cụ tần ngần một cách lịch sự, nói:
- Cậu nghĩ thế nào về việc trả tiền nước cho tôi?
- Dạ …
- Tôi cầu mong con trai tôi giờ này ở đâu đó, vẫn được mạnh khỏe như cậu. Thôi chào cậu, tôi đi lễ đằng nhà thờ.

Trước khi đi bà cụ như nhớ một điều gì:
- À, cậu vẫn mang ơn Chúa đó chứ? Cầu mong cậu được phúc lành.

Mẹ tôi bước thong thả ra ngoài. Chiều chẳng còn nắng. Mái tóc trắng đó như chẳng có màu. Màu trắng không phải là một màu. Tôi kéo thêm một điếu thuốc nữa, đẩy ghế đứng lên … vỉa hè đá thưa thớt, những chuyến xe chạy về vội vã, những cửa hàng đã khép, tôi tìm người bán thuốc lá mua thêm bao thuốc nhưng người đó đã ra về.

**

Nơi ngã tư ngọn đèn đỏ chắn một dòng xe qua lại, tôi băng qua lề đường. Đứng ngó mông. Tôi tần ngần chưa biết đi về đâu thì đôi chân tôi đã giục giã qua hướng Tân Định nơi cái chợ phồn hoa, và bên kia đường ngôi giáo đường với nóc giáo đường cây thánh giá cao vợi. Tôi bỗng nhớ một con ngựa tuổi trẻ, nhưng thân thể nó đã già nua.

Nhà thờ Tân Định đông người. Sân rộng. Không gian sẫm màu, giờ đèn đường đã được bật sáng. Tôi đi qua cổng, và cúi mặt đi luôn. Trong đấy, lời kinh nguyện và ánh sáng. Chúa sẽ làm băng hoại sự thù hận nơi tôi. Trong đấy, những kẻ vuốt mặt trở lại sau những cơn hoạn nạn, họ tìm chút ấm linh hồn, giữ tâm linh để đón nhận những ân sũng từ Ngôi Cao. Còn tôi, tôi là kẻ tội đồ quá nặng. Một tội đồ Không Tôn Giáo.

Khi qua khỏi cổng tôi dừng lại nơi hàng rào sắt. Tôi nắm hai bàn tay vào hai chấn song. Tôi bên ngoài tự do nhìn vào giáo đường trong tâm thế một người trong trại giam nhìn ra ngoài, nơi đời sống được tự tại phô bày. Tôi muốn gọi. Kẻ tội tù trong nhà ngục trần gian tôi, tôi muốn gọi đến sự cứu rỗi từ miền Tôn giáo ấy.

Lát sau tôi đi, lá ven đường vài chiếc rơi rụng. Chiều nay đâu có như chiều nào, đã xa xưa, tôi đã cầm bàn tay người, bàn tay mềm mại, bàn tay đốt sáng đời tôi tin yêu và nhiệt tình. Bây giờ… tôi đã cúi mặt, cúi thật sâu và rảo bước. Chiều hàng ngàn chiều, đã đến đã qua, trong tôi; là sóng đập quát vào thân thể tôi nỗi bồi hồi; làm run rẩy, tan nát tôi.

Tôi lầm lũi bước dưới ánh đèn đêm thứ bảy, Sàigòn giới nghiêm.

Tôi nhắm mắt. Đã thật sự nhắm mắt.

*1968 -2018.*

# Ý NGHĨ

Những tu sĩ đọc kinh như thầm. Giọng quen thuộc đến rỗng mục. Kẻ tiễn đưa trong khăn tang. Bọn âm nhạc say sưa đánh trống dập xõa thổi kèn. Nhạc trưởng đi đầu áo vét trắng có gù vai, đầu đội cát két, tay cầm cây gậy chỉ huy nhạc công. Thỉnh thoảng anh ta tung cây gậy lộn vòng lên không trung, rồi biểu diễn cách bắt cây gậy điệu nghệ khi rơi xuống. Bọn con nít chạy theo đám tang đông đúc là vì sự vụ vui mắt này.

Quan tài qua phố chậm rãi. Một đám tang sạch sẽ, dọc đường không rải giấy vàng mã, đô la dỏm.

Trời nắng hanh, đó đây vài chùm mưa bụi. Con đường thẳng tắp, nhìn lui, người ta còn thấy ánh nến lung linh trong sâu lòng giáo đường. Cây thánh giá nơi đỉnh cao hóa đen trong trời xám. Dãy tường bao quanh dây leo xanh và hoa màu vàng nghệ. Con đường nhựa dẫn đám tang đi hai bên nhà nhà, tường màu, những ô cửa.

Từ một vài khung cửa cao mở hờ đôi mắt nhìn đám tang đang lặng lẽ đi qua. Ở một ngã tư người cảnh sát thổi còi ra hiệu nhường đường. Không gian co nhàu, cúi đầu chào biệt. Chiếc xe tang có sức thu hút người qua đường với tấm ảnh màu trên nóc áo quan khá trang trọng một sĩ quan vận lễ phục, hai cầu vai dây biểu chương óng vàng, nơi ngực áo nhiều huy chương.

Bỗng, đám tang như cái nút chai bịt một đầu con đường hẹp, xe cộ bị kẹt lại ùn ùn phía sau, một không gian ám khói, nghẹt thở. Người nhắm mắt trong áo quan chắc còn thính tai, chừng nghe rõ cái bực bội phố phường mọc ra từ những bãi nhậu bình dân. Nỗi buồn cháy trong nắng. Một biệt ly xám màu được mô tả qua triết lý vỉa hè, cái cách của phố thị trập trùng mâu thuẫn thời chinh chiến.

- Tao không nói ngoa đâu, chết vầy là ngon cơm lắm rồi.

- Biết rồi, nhậu đi, đừng giảng giải.

Một người đàn ông quần đùi mình trần, nỗi đau thời thế thúc đẩy, anh nổi đóa:

- Đ.m chết vầy oai phong, sống lâu năm mà như con chó không biết nhục nhã thì sống làm quái gì. Tao có một cái đầu như con ốc sên, một tấm thân lực lưỡng mà như không xương sống, ờ ờ, đáng sống lắm đó.

- Con người ốc sên bằng lòng với cái ốc sên cũng phẻ re rồi.

- Uống đi hai cha nội. Cạn nốt. Cho đây thêm sáu chai nữa cô Bảy, mỗi thằng tui một cặp. Mụ vợ tao thấy tao say là nhì nhằng ổm tỏi. Mụ là loại máy hy hữu trên thế gian không cần nạp pin/điện. Ngày nào cúp điện máy càng cần nhằn hết công suất.

- Mấy tháng trước bác sĩ bảo gan tao sưng ù. Ôi, mình đâu có sống cho một lá gan mà kiêng cử. Tim gan phèo phổi hoàn hảo bỗng một trái pháo ùm, là xong. Tích tắc thôi. Nào, cạn.

- Nghĩ cũng buồn quá há, ông ấy chết còn trẻ.

- *Anh không chết đâu em, anh chỉ về nơi mẹ mong con.*

Cô Bảy nướng thêm con khô mực, tay quạt lửa phập phù, miệng nhâm nhi hát nhỏ. Hai má cô ửng hồng, lấm tấm mồ hôi. Tàn lửa vụn bay xoay vần trên bếp lò như một đám phù du đỏ.

**

Trên đồi, cây lưa thưa người ta đặt Tòng xuống chỗ đất đào sẵn. Một anh tầm phào nói đùa, "Cái giường thiên thu này không có đệm." Tòng nghe những lời cầu nguyện, tiếng khóc, những tiếc thương mà suốt đời đôi khi chàng mơ ước được nghe. Mỗi người thân thuộc, những cánh hoa, những nắm đất ném xuống nắp áo quan. Tòng đã yên nghỉ.

Trong màn sương nước mắt tôi không thấy Ân chỉ nghe nàng rên rỉ, "Anh Tòng không chết, anh Tòng anh Tòng của em." Tòng trở về từ chuyến tải thương, chiều hôm trước. Vết thương quá lớn, người hết máu, không còn, không thể cứu cấp.

Bên huyệt mộ Tòng tôi thèm một cốc rượu. Rượu, như xưa cùng bạn. Rồi vu vơ hỏi:

- Tòng, lên trển hay xuống dưới?

- Tao xuống.

- Làm gì quái gì chỗ xuống ấy?

- Sẽ đi lang thang trong những ngày đầu như cha ông chúng mình đã từng, để biết quang cảnh chung. Dưới ấy trên này chừng như nhau.

- Tao hỏi mày sẽ làm gì? Đi lang thang không phải là "làm"?

- Còn tùy, cũng như mọi người, muốn an lành tao sẽ thọ lãnh một vài hình phạt, gọi là được phục vụ.

- Chúng ta tội lỗi gì?

- Đó là thủ tục nơi tao sẽ làm một công dân. Chứng minh cho một lựa chọn mà người-trên-ngai luôn gọi là trung thực và có thực. Họ luôn tạo ra rối rắm xã hội để thể hiện tài cai trị của mình. Rằng đã là con dân thì luôn phải phạm một tội lỗi gì đấy. Bất cứ ai, hình như cũng đã phạm một tội gì. Một tội mơ hồ, một tội mông lung. Tội tắm xả cái thân thể trần tục trên một dòng suối. Tội không cam tâm chịu đựng mà từ cần cổ tự động phọt trổ ra lời than thở về áp bức vô lý gánh chịu. Một tội đã hít thở không khí từ kiếp này, chẳng hạn.

- Kiếp này là kiếp nào?

- Kiếp trần gian.

2

Người xà ích đánh xe qua con lộ nhỏ. Chiếc quan tài rung rinh lọc cọc. Có quá nhiều quả pháo bay trong không trung, quá nhiều cái chết của một quê hương nhiều rừng núi. Quan tài rất đông đi qua trong sáng/ chiều nay. Đông mà lẻ loi. Mỗi áo quan mỗi cách, mỗi loại xe. Bầu trời cũng nhiều mây. Cây cối cũng nhiều bóng đen đổ dài. Nắng vàng quá đỗi. Ân đi sau những hàng nến. Âm thầm như nến. Cháy dần, chảy dần.

Cánh đồng bỗng dưng khô khan. Cỏ chết vàng rươm tận chân trời. Có tiếng chân ngựa, tiếng hí vang. Nỗi xao xuyến nhẹ rỗng cùng gió. Người ta mang đến quê hương nhiều màu-cái-chết. Những mộ úa, những mặt người đỏ vàng lẫn lộn. Mộ bia hàng hàng đều như răng thiếu nữ.

Gần bờ tường thấp, bao quanh mấy cây sầu đông, có một ông già ăn vận đơn sơ, tay cầm dù, đi qua lại dọc những hàng chữ trên các mộ bia. Thỉnh thoảng trở cán dù chỉ vào mặt kẻ chết trên bia đá. Lão như tìm một ai thân quen thất lạc, đã hóa xương trong đất. Có thể đất này.

Bờ tường thành phía kia còn một cái cửa lớn. Đó là lối ra con đường lầy lội ngoại ô, những mái nhà lá tạm bợ, ban đêm cũng như ngày con-gái-bờ-lúa vào nội ô, đứng đầu đường tìm khách. Hỏi, nhà cửa em đâu? Bọn son phấn rẻ tiền thở dài, hai lòng đen trong mắt méo mó, đen như hai con ruồi chết.

Em nói, em than van gia đình các em tiêu tan, vùng thôn quê máu lửa quá, sống không nổi, vào phố thị thất nghiệp, bọn em câu cơm qua nghề đứng đường. Nơi lề đường, trong góc khuất, bọn gọi rằng em than thở, "Chiến chinh, thị thành thôn dã nơi mô cũng lây lất. Trong kia chết bằng máu, ngoài này sống bằng nhục."

**

Tòng thảnh thơi nằm. Những anh chàng vận đồ âm công là nhiệt tình nhất trong việc hoàn thành cho Tòng một cái nấm. Nhìn một đứa bé ba tuổi ăn vận áo trắng để tang cha tôi nói với Ân: "Tòng gặp đứa con mình lần cuối là một tháng trước, chiến trường không cho phép Tòng nghỉ ngơi". Ân nói: "Anh ấy nói lời trối trăn từ trước rồi". Tôi hỏi Tòng nói gì? "Anh đã nói – Ân trả lời – anh vẫn an tâm cho một-mai-sẽ-chết, em cố gắng nuôi con, và dạy nó đối xử với đời nên nhân ái hơn những cha ông."

Gió đập lật bật. Cơn mưa lớn tràn đến bất ngờ và khốc liệt. Trời đã gội mái tóc Ân bằng thịnh nộ. Có lúc tóc nàng bị gió bung chẻ thành một bầy rắn đen nhảy múa. Bọn rắn đen bay. Và dòng mưa trắng nhòa bị gió mạnh uốn cong như vô hình bủa lưới.

Những tiếng còi của cảnh sát chặn xe từ các ngã tư – chặn người sống để kẻ chết đi qua – đã thành những âm thanh khô mục của quá khứ. Nhưng mộ Tòng là một Có-mặt, còn tươi.

3

Tôi hiểu là mình đang ngủ. Đêm trụi trơ. Không còn Tòng, không có Ân. Biển vỗ âm u. Tôi nhớ sóng và rừng. Đi xa, nhớ biển Đông và nhớ Trường Sơn là căn bệnh sầu cảm của người miền Trung, nơi đại dương và muôn nghìn núi ép con người vào giải đất hẹp, đầy âu lo và mộng mị.

Mùa hạ chiều, những cơn mưa núi cuồng nộ, đầy trời sấm sét, đánh chết đứng người cày ruộng giữa đồng. Ngày đông, giông bão hóa phép nhà bay trâu bò bay, dạy cho chiếc xe to đùng biết lăn tròn từ lòng đường xuống vực sâu. Tôi là cái đinh gì trong cái chòi lá thay nhà thời tản cư tránh giặc Pháp, tôi bay cùng mẹ. Chúng tôi bò, bám vào những cột tre quay lông lốc. Đêm thì đương nhiên mịt mù tối, chỉ bọn quỷ ma là thấy rõ đường đi nước bước của rủi may.

**

Tôi hiểu là mình còn mơ ngủ. Đã hôn Ân trên bờ sông đêm khi mới quen nhau. Cũng mùa hè năm đó tôi bỏ tuổi thiếu niên, trở thành một gã đàn ông biết gieo rắc tinh trùng.

Theo giấc ngủ, tôi lên chuyến tàu vào Nha Trang, toa hạng ba, nấp lén lút vì thiếu tiền mua vé suốt. Khi kẹt vì kiểm soát vé gắt gao, tôi cùng bọn như tôi leo lên nóc tàu. Nằm ép sát người mỏng như mảnh giấy khi con tàu chạy qua hầm tối. Những rong rêu những cái chết ảo, những giọt nước nhỏ nhoi như dao cắm phập vào người vì sợ hãi. Khi âm thanh còi tàu thoáng rộng là tàu ra khỏi hầm, tôi ra khỏi cái chết. Tôi lại rất mong manh, có thể chờ một rủi ro khác.

Nha Trang là cái túi chứa du khách sang trọng, tôi chỉ là viên sỏi bụi bặm. Tôi đi lang thang. Cuộc chiến bó gói Nha Trang càng lúc càng nhỏ hẹp chật chội. Những ngoại ô dần dà cháy sém bởi quả pháo, tiếng mìn.

Bơ vơ riết rồi cũng quen. Thấy người chết không cảm động. Thấy chia ly không buồn. Dửng dưng với sân ga. Ai vĩnh biệt kệ cha. Đêm như ngày, mưa nắng như nhau. Kỷ niệm như da thịt dính liền với thân thể không thể cắt bỏ không thể đổi màu.

Tôi làm cu ly vác gạo bến tàu như vác Ân trên vai. Vác gạo chán, thuê xích lô đạp. Cảnh sát luôn chặn bắt những thằng đang tuổi lính.

Tuổi trẻ, một đám rong biển với những đưa đẩy vô tình của sóng, với tiếng gầm thét cuồng nộ thời sự. Những ngày tháng ngủ quên thức giấc mặt trời mọc trên đầu dưới chân không tìm thấy phương hướng, không hiện hữu. Những xô bồ của hiện tại như những đinh ốc vít vào đôi tai đôi mắt. Những biến động làm thiên lệch cái nhìn vốn chưa đủ chín.

Đám rong biển vẫn sống với những lênh đênh dành cho. Như bọn người lạc bước, thế hệ tôi và Tòng thấm đậm ưu tư. Lòng người là bãi chiến trường, nơi súng đạn nổ hết dã tâm của mình.

Một đôi lúc cũng nghĩ ra, chúng ta đâu là những con chó ngồi yên phận gầm giường. Nhưng vùng thét qua môi trường nào, một định vị nào cho cuộc dấn thân? Cái hiện tình triết học buồn nôn phi lý, thuở ấy, hẳn là một áp lực vây khổn.

Bẻ một cành cây thả trôi để mong tìm ra hướng di chuyển của con nước như không muốn trôi, chưa định hướng cho chính Nước, chúng tôi bập bềnh. Buổi mai sớm ngồi chờ sương tan, lòng sợ hãi một mông lung, một không nghĩa lý, là bình minh có thể không bao giờ trở lại. Chúng tôi không còn tin vào những chân lý vĩnh cửu. Và bị đóng đinh trong một cuộc tranh chấp máu lửa nhưng ù lì không lối thoát.

Trong con sóng thời đại lêu bêu bập bùng, tôi đi hoang, tháng ngày không điểm tựa. Tòng khác hơn, anh đã chọn con đường nhỏ, con đường rất gọn làm ngã rẽ đời mình: cưới vợ.

Tòng cưới người yêu của tôi. Bàn tay định mệnh có chút láu cá. Nhưng đây là một hạnh phúc cho Ân. Tôi cầu mong nàng được một đời bình yên. Khác tôi, Tòng là người đã chọn sự mẫu mực, có công ăn việc làm là trên hết. Nhưng chinh chiến không chừa Tòng. Hàng ngũ bắt anh phải sắp hàng bồng súng.

Tòng đã chết một cái chết đẹp. Nhưng cách chết của một xác tai nạn. Thân thể nát, đôi mắt trợn trừng, một chân dung máu. Người đàn bà khốn khổ dùng bàn tay mát dịu vuốt lên đôi mắt. Mắt vẫn không nhắm. Đứa con đứng bên, thằng bé ba tuổi, bình yên xem như cha mình bị một cái gi đó, không phải chết chẳng phải sống. Trong đám người chết, Tòng nổi bật nhất. Có lẽ vì cái gương mặt mang nhiều luyến nhớ chen lẫn bao nhiêu hận thù.

Những khuôn mặt trai trẻ của một thời, của tôi và những Tòng, nếu vẽ chân dung họ rất giống nhau. Chỉ có hai loại khuôn và màu mặt. Khuôn, rõ là Việt Nam. Màu, Đỏ hoặc Vàng. Vàng thì hỗn tạp nhiều loại vàng, của vàng ròng, lá úa, màu da bò ngựa, da người ung thư gan, nói chung rất đa dạng. Đỏ, chỉ rặt đỏ một màu. Màu của máu đang chảy.

<h1 style="text-align:center">4</h1>

Tôi vừa ngủ vừa mở cây dù che mình cho Ân. Những hạt mưa ly ty bay lướt thướt. Tôi nghe mình nặng nặng, giá khóc được tôi sẽ khóc to lên, giá hôn được tôi sẽ hôn một người, sẽ siết vào lòng. Ân bên tôi tìm sự che chở. Hoạt cảnh ấy luôn cháy trong nắng mùa, rất ủ dột trong hiu hắt những chiều, và luôn chảy thành nước lúc hai chúng tôi là một.

Bây giờ mùa hè ấy chết queo trong quá khứ, quán chiều bỏ quên, những đôi trai trẻ xưa đã là những thân phận thừa mứa cặn bã đời. Những cây gậy man trá đưa cao, những dao mài nhọn, những bài ca làm nhãn hiệu. Lòng người được trồng tỉa hạt giống căm thù, nuôi bằng phản bội, được cung cấp cho nhau những kết quả không là kết quả từ sự thật.

**

Lòng không bạc, nhưng đầu tôi đã bạc rồi. Tôi ngồi yên, trong đời ổn và rộng, như một người tù đói chờ lần cho cơm qua cái lỗ nhỏ. Trong này lạnh và tối. Đá bốn vách tường giam luôn ẩm ướt những mồ hôi và mùi đau kẻ trước. Đá luôn thở dài, vì phải chôn mồ những chí lớn trong lòng đá nhiều năm của những con người danh tiết.

Bao nhiêu năm tôi đi giữa đời rộng và ổn. Tôi được mãn tù, bước ra từ một cánh cửa sắt sét rỉ. Tôi không thể chạy được vì từ bao nhiêu năm đôi chân đã rất yếu, gần như bại liệt trong giam cầm. Tôi chỉ còn Tiếng Nói. Mà chừng, "Chẳng còn ai nghe ai nói."

**

Người đàn bà vẫn ngồi đó. Bầy rắn đen trên tóc nàng đã nhuốm bạc. Một bầy rắn thời gian mệt mỏi, xuống màu. Trong căn phòng nhỏ, nơi vách tường vẫn treo tấm hình người sĩ quan đặt trên nóc áo quan xưa kia, hai đứa bé ngồi chơi với một vài món đồ chơi. Một đứa gọi: "Bà nội ơi anh Bi giụt đồ chơi của con."

Buổi nhỏ mẹ tôi thường nói: "Con là thằng bé ưa khóc sau mỗi giấc ngủ trưa." Những xao xác tiếng gà trưa, thức giấc nghe trong lòng bùi ngùi, thương nhớ không đâu, không hiểu buồn cái gì, biết gọi tên ai, tôi co ro một mình. Yếu đuối một mình. Đứa bé làm gì khác hơn khóc?

Đã ba mươi tám năm trôi qua, kể từ hôm Nàng ra biển, mỗi đêm tôi mỗi giấc ngủ. Giấc mơ ấy cứ hiện ra hoài. Quên đi rồi lại gặp. Vẫn một giấc mơ cũ. Ba mươi tám năm mất Nàng. Buồn làm sao, khi tôi không thể chỉnh sửa được giấc mơ như mình từng phúc thảo một bản viết ban đầu.

*Đức Hòa 1968*

# MỐI TÌNH MƯA BONG BÓNG

## I

Ở tuổi mười bảy, tôi vẫn chưa biết phân biệt rạch ròi giữa một người đàn ông và một đang tuổi thanh niên. Cứ gọi người đàn ông ấy là một anh thanh niên, lúc anh dừng lại trước hiên nhà, nở nụ cười chào ba tôi. Trông anh rất đẹp trai, tao nhã, phong thái một người có học thức, tuy thế nó không làm cho tôi chú ý. Bởi vì tôi có đời sống của riêng tôi, có đường phố và nỗi vui con gái tràn lan trời mai nắng đẹp. Anh ta chào ba tôi, nói dăm ba câu chuyện rồi cáo từ.

Hai hôm sau tôi thấy anh xuất hiện trong giờ làm việc tại văn phòng ba tôi là chỉ huy trưởng. Buổi chiều em gái tôi nói với tôi vừa có mấy chuẩn úy sĩ quan động viên, toàn là các ông cử xuất thân đại học, mới về đơn vị của ba.

Từ lâu tôi vẫn một niềm vui là mình có nhan sắc, một hoa khôi của trường. Đi trên đường phố tôi luôn kéo theo những cái nhìn của bầy ong trai, những gã ngỗ nghịch nhưng học hành giỏi giang. Chúng thường đàn cho tôi hát, chúng luôn nịnh đầm. Nhưng chưa một gã nào trong đám trang lứa làm tôi xiêu lòng.

Thoan, em gái tôi nhạy tin. Nó theo dỏi, và rất rành ngọn ngành các sĩ quan trẻ trong bộ chỉ huy. Tôi không muốn em gái làm bận rộn, quậy loãng những cảm xúc buồn vui mơ hồ, bao la trăng nước, rất bao đồng. Một khoái cảm tôi rất ghiền những lúc một mình.


**

Nhà của tôi nhìn ra một dòng sông. Bên kia bờ những xóm làng chài thơ mộng, cây xanh cùng những liếp dừa. Buổi chiều tàn, bờ kia như chìm dần xuống đáy nước. Ngay phía bên kia đường, trước mặt nhà tôi có một cây cầu. Cầu bằng gỗ, ngang chừng bốn mét, chòi ra sông có độ dài chừng vài chục mét. Từ ngày có trại nhà binh nơi đây, ghe thuyền bị cấm cập vào bến. Cầu tàu trở nên vắng vẻ.

Mỗi hoàng hôn, khi bóng nắng quàng xiêng và màu tối lan dần, tôi thích ra ngồi cầu tàu nhìn sông nước. Đêm trăng ngồi nơi này nghe gió ngóng mây, lúc thất tình, thì tuyệt.

Một chiều, khi tôi định bụng ra ngồi cầu tàu thì anh chàng kia đã có mặt. Anh ngồi la đà, nhìn lung. Không hiểu sao tôi có ý ghen tị. Nghĩ rằng cầu tàu của tôi, dòng sông này của tôi, ngay cả hoàng hôn cũng không được ai chiếm đoạt.

Tôi nào chịu nhường cái cầu tàu cho một ai. Chiều hôm sau tôi ra ngồi trước mười phút khi tan giờ làm việc. Ngồi một tiếng đồng hồ nhìn sông nước, không thấy anh ta, tôi thấy quạnh vắng. Rồi tôi lại hồi hộp vì có bước chân ai đang bước tới, rung chuyển nhẹ nhẹ cái sàn gỗ. Tiếng chân im hẳn và dường như… người ta đã ngồi xuống, rất gần. Tôi nghĩ bụng, hẳn sẽ có một câu chào hỏi nhau.

Nhưng tôi lầm, anh ta ngồi đó. Yên lặng. Không chào xã giao. Chẳng mở lời tìm quen. Tệ hơn, anh ta ngồi đâu lưng lại với tôi, mỗi mạng một hướng. Tôi nhìn hướng mặt trời lặn để ngắm rán chiều, anh ta nhìn hướng mặt trời, sáng hôm sau mới mọc.

Tôi quay lại nhìn. Nhưng chỉ nhìn thấy một phần gương mặt đã bị che khuất bởi một mái tóc thật dày và đen. Lần đầu tiên tôi thấy một người có mái tóc rối thật đẹp, tự nhiên. Một phần gọng kính cận nhô ra, một cánh mũi thẳng. Khuôn mặt là một nửa sự thật bị che khuất ấy bất ngờ thu hút tôi. Rất âm thầm, trong cái không gian chỉ có tiếng nước vỗ nhẹ từ những con đò xuôi ngoài kia. Anh như một vì sao, rất đơn côi, hiện lên giữa một vòm trời rất xanh rất trong. Như một cụm đá mờ nhạt bơ vơ giữa dòng. Và tôi, một đám lục bình, đang lững lờ trôi. Một xanh lơ ngập ngừng.

Anh vẫn ngồi đó, và buổi chiều đó đè nặng cuộc đời tôi, về sau. Dài dài có mặt trong tôi, như mặt mũi tay chân.

**

Bóng tối đã phảng phất, gió lướt trên mặt sông, vẳng cái âm vọng mơ hồ. Tôi vẫn ngồi đây. Anh vẫn ngồi đây. Tôi định bụng là sẽ ngồi đến khi nào anh ta nói lên một lời. Tôi đẹp vầy, mà là đồ bỏ ư. Chẳng lẽ hai "đứa" như hai tấm ván lót cầu. Những lục lục xanh xanh lá, những hoa tím, trôi dạt trên sông. Bên kia bờ rải rác đóm lửa hồng đã nhóm, trong liếp dừa lặng lẽ.

Buồn tận mạng. Tôi ngửa cổ. Quay lại. Muốn làm quen:

"Thưa, ông mới đổi về đây?

"Vâng, cảm ơn."

Một trả lời cụp đuôi. Như nói với lau sậy bên kia bờ. Tôi, cái vô duyên đã đụng phải cái vô tình. Sao tiếc lời ăn tiếng nói quá vậy. Cảm ơn cái cóc gì. Chửi bà lên một câu có hơn không. Chửi một câu mà phá tan được cái không khí khơi vơi này, mà đem tôi ra khỏi vùng tâm thần hoảng loạn bởi tiếng sét bất ngờ, nhanh chóng này. Tôi đưa hai bàn tay áp vào hai bờ má. Da thịt gì bỗng lạnh queo.

Tôi đứng lên rời cầu tàu. Cái lạnh lùng, cái im lìm lại là một loại thuốc mê ư.

**

Thoan ranh mãnh lắm. Nó tưởng tượng ra cuộc tỏ tình trên cầu tàu, và hoan hỉ cho tình tôi. Tôi với nó, chị em sinh đôi. Nhưng Thoan không muốn gọi tôi bằng chị. Nó cao hơn tôi. Lại bảo "Ai thấp hơn phải làm em". Tôi chống chế: "Chị rúc ra trước nên chị thấp. Em được mẹ nuôi trong bào thai lâu hơn, dù chỉ mấy giây đồng hồ cũng đủ cao hơn chị rồi."

Một cái bóng đen mơ hồ nơi cầu tàu. Đêm xuống đã lâu. Anh, hay ông ta gì đấy, vẫn ngồi đó. Một vài chiếc xe lôi chạy ì ạch qua trước nhà. Gió đập xao xác từ các đỉnh cây. Đèn đường vàng vọt soi qua những vùng lầy buồn tẻ. Tỉnh lỵ nhỏ. Tỉnh lỵ này bao nhiêu tuổi tôi có biết đâu.

Gia đình tôi đến đây với tình cảnh người chạy loạn bỏ đất Bắc, ba tôi bảo nhớ Hà Nội nhớ Bắc Ninh quá chừng. Ba tôi là một Thiếu tá trưởng một phòng chuyên môn ngày hai buổi đến văn phòng với bộ đồ vàng.

Về tâm sự của các sĩ quan trẻ, ba tôi có lúc như than van dùm cho họ, "Con người ta đang là trí thức có một đời sống dân sự an nhàn, bị gọi vào quân ngũ, gắn cái lon sĩ quan, con đường súng đạn gian nan, chết sống chẳng biết lúc nào; vậy ai chẳng buồn. Thời chinh chiến, người trí thức phải chịu thiệt thòi".

Tôi bị ma ám. Cả đêm hôm ấy tôi lại nghĩ về một người tóc rối. Tình yêu thương ở vào lứa đời của tôi, phải chăng là một cái gì nhẹ bổng vu vơ, nổi trôi, không rõ rệt một điểm tựa. Nó bay đậu nên bất kỳ chỗ nào. Nó phi lý không diễn tả được.

Rồi tôi mơ vùi. Tôi tưởng ra một cuộc tỏ bày. Trên đồi xanh, thảm cỏ mỏi mê chảy xuôi, ai đã cầm tay tôi. Những nụ hoa trắng, những gió no và đầy mái tóc biển. Hãy yêu nhau như mây yêu núi, như hoa nhớ mùa. Hãy ứa trào lời yêu. Lời gói ghém ém chặt tôi vào trong anh. Hôn nữa đi. Và vật vã cuồng điên. Hãy siết nhau trong mê muội. Như rắn quần. Xin được bóp nát em ra. Là lò bánh mì nướng em... Chúng tôi nằm. Bãi cỏ. Mây trắng. Tiếng chim. Da thịt chàng nồng...Đò đã nổ máy chạy ngoài sông. Chừng như hết giờ giới nghiêm những chiếc xe lôi trở mình ra lộ... Tôi đến trường, ngồi trọn buổi sáng, học không vô. Lẫn lộn. Bâng khuâng. Giờ ra chơi tôi không đùa bỡn như mọi ngày. Tôi ngồi gốc cây. Nhớ ngọn đồi, nhớ mây trắng trong giấc ngủ đêm qua. Cảm ra chiều kích của ước mơ.

Buổi trưa cơn mưa đến vội. Rồi mưa ra đi. Còn đây một bầu trời nắng nặng những nắng hanh hao. Tôi lái xe đến nhà Tuyên. Chúng tôi đi thơ thẩn trong vườn lá rụng. Tuyên hỏi tôi, Túy mày có bồ hả? Tôi nói bồ bịch gì, mới bị sét đánh ngang. Tiến thói lưỡng nan. Bất ngờ tới rừng mình.

Tuyên nhặt, bỏ vào giỏ mấy trái mận. Lối đi trong vườn nhòe nước. Nhìn lên căn lầu bên cạnh, tôi thấy có người đang đưa mắt qua cửa sổ vô tình nhìn xuống chúng tôi. Có tiếng đàn văng vẳng.

Tôi hỏi Tuyên có biết ai chơi đàn trên đó không. Tuyên nói có một ông sĩ quan trẻ mới đến, thuê phòng trên đó. Anh ta chơi đàn sao mà tao mê hết cỡ. Tuyên đưa mắt nhìn lên, chỗ khung cửa sổ. Tôi bị hớp hồn qua cái âm vang nhẹ trong, thanh thoát như suối gọi. Tôi trở nên nhẹ trôi, một con thuyền vô hình. Đến bây giờ tôi chưa nhận ra có thật mình đã yêu một người hay không. Và nội dung của tình yêu nó ra làm sao.


## II

Mấy hôm nay không thấy anh chàng ra ngồi cầu tàu. Cũng không thấy anh ở đâu cả. Có anh hay không có anh lảng vảng chốn này thì đã sao. Xưa kia anh chưa tới thì cỏ vẫn xanh sông hồ, vẫn nước trôi. Tôi tự dạy bảo mình là có sao đâu. Nhưng cũng chính tôi hụt hẫng vì sáng sáng chẳng thấy anh đi qua, chiều chẳng thấy dáng người tư lự chỗ cầu tàu. Sự vắng mặt này cớ sao đã là một khoảng trống khó lấp đầy trong tôi.

Rồi một buổi tối bất ngờ anh xuất hiện ở phòng trực, vì là phiên trực của anh. Anh mặc đồ tác chiến màu ô liu, tay một quyển sách, tay cầm một cây măng-đô-lin. Phòng trực ngay cạnh nhà tôi. Rất khuya, cả gia đình chúng tôi bỗng nghe tiếng đàn văng vẳng từ phòng trực. Ba tôi nói thằng đó sĩ quan trực trại mà mang theo cây đàn, như đi dự đại nhạc hội. Khuya khoắt còn đánh đàn trong phòng trực chiến, xem mình là trời. Cả nhà tôi cười. Tôi muốn nói với ba một điều biện hộ cho anh chàng ngớ ngẩn nhưng không hiểu sao tôi yên lặng.

Khó ngủ. Tôi mang xác ra hàng hiên ngồi. Ngồi co ro, nghĩ vơ vẩn. Qua một khoảng trống nhỏ, tôi thấy cái bóng đen ngồi thầm lặng châm thuốc hút trong phòng trực. Ánh lửa đầu ngọn thuốc soi mờ nhạt một khuôn mặt mà giờ đây tôi hiểu là một hình bóng của tuổi trẻ bâng khuâng.

Vài hôm sau, vào một buổi chiều, tôi thấy anh ngồi trong xe, chỗ bãi xe doanh trại. Anh một mình. Lại mắt dán vào sách. Cái gì xui khiến tôi đi tới hướng chiếc xe jeep. Đến thật gần. Như để vịn vào anh. Tôi nói:

- Thưa ... chú.

Cổ tôi cứng ngắc. Tôi khựng lại. Anh có vẻ bình tĩnh, mỉm cười:

- Tôi nghe đây.

- Thưa chú, em muốn trò chuyện.

Anh nhìn tôi với đôi mắt sâu và ngọt. Lần đầu tiên tôi nhìn anh trực diện, thật gần, tôi chạm mặt một mong đợi.

Thật là khùng điên. Chú với em cái nỗi gì. Nhưng giây phút khờ khạo ấy đã mở ra một tao ngộ. Có những nụ cười. Đầy những lặng ngắm. Tâm hồn tôi cành lá chờ gió. Có phải tôi đã biết yêu. Và đã yêu một người.

**

Lần đầu tiên tôi đến phòng của anh vào một buổi tối. Tôi vận áo quần đàng hoàng, nhưng cả hai bằng loại vải mỏng, mịn. Lạ thay tôi không nghĩ đến việc vận đồ lót. Đồ lót cũng thường là hàng rào phòng thủ cuối cùng của đa số con gái lỡ khi gặp điều…tai nạn.

Anh ngồi nơi bàn viết, trên bàn có mấy tập nhạc và ngổn ngang sách vở, sau này tôi biết anh đọc rất nhiều; là một người uyên bác ở nhiều lĩnh vực, từ triết học đến văn chương nghệ thuật. Cây đàn măng-đô-lin treo ở góc tường. Một bản sao bức tranh, anh giải thích là một họa phẩm của Paul Klee, trong một cái khung nhũ vàng. Ánh sáng căn phòng lờ mờ. Tôi như bị ma hớp hồn trong cái không gian đóng kín này.

Cánh cửa sổ nhìn xuống khu vườn im vắng của Tuyên không mở hẳn. Tôi có cảm tưởng mình đang tiến vào một cái hang. Tôi rất hồi hộp. Nhưng tôi có một khuynh hướng hòa nhập.

Anh bảo rằng anh có nhiều tên, nhưng nên gọi anh là Miên. Phòng trọ của Miên là một căn lầu thật vắng vẻ phần sau của ngôi biệt thự khá lớn. Đứng nơi ban công có thể nhìn thấy toàn khu nội ô của thành phố tỉnh lẻ hiền từ miền Tây này.

Bây giờ là thời đại mọi sinh hoạt tuổi trẻ đang bị chi phối bởi thuyết hiện sinh. Tôi chưa ý thức lắm về chủ nghĩa này. Yêu cuồng sống vội. Tình yêu không có ngôn ngữ. Chỉ có những nụ hôn và sau đó là cuộc chiêm bao. Bây giờ tôi đang nơi này, trong căn phòng lờ mờ ánh sáng; trong hơi ấm vòng tay của một người đàn ông.

Căn phòng rất xa lạ này đã phút chốc trở nên quen thuộc vì nó đã được gieo rắt, khơi gợi bởi những hình ảnh trước đó từ cái cầu tàu, từ căn phòng trực, tiếng đàn, nỗi hoang buồn nơi ánh lửa chợt thấy cùng khói thuốc trong đêm của Miên. Anh bẻ cong người tôi lại y như một thầy pháp với con rắn trong tay. Qua đôi mắt khờ dại của tôi Miên là một vị thiên thần. Trời đổ mưa bên ngoài. Qua khe cửa là những làn chớp soi. Tôi nhắm mắt để Miên đưa đi, đưa tôi vào huyệt. Tôi thoáng nhận nơi gối và chiếu chăn của Miên có một mùi thơm kỳ lạ. Mùi đời lúc hấp hối. Mưa vẫn rơi dìu dặt bên ngoài. Một cơn mưa tiễn chân tôi vào thế giới đàn bà.

Nhưng lạ lùng, đêm đó Miên tha cho tôi. Cảm ơn anh. Tôi hiểu là anh phải cố gắng lắm để cưỡng lại sự quyến rũ xác thịt của em, và sự thèm muốn nơi chính anh. Nhàm chán thật. Anh xem tôi như một món bánh ngọt, mở ra rồi không dùng, đậy lại.

Tôi muốn khóc. Rồi tôi bật khóc.

Hay anh là một cao thủ, một con mèo vờn chuột. Cho nát nấm ra. Cho cái kiếp chuột đời này bỗng sợ hãi mèo cho tới kiếp chuột cháu chắt về sau. Tôi lại ra cầu tàu ngồi. Như con nai bị vồ hụt. Con nai kỳ lạ, không mừng mình được sống sót, mà buồn tủi vì không được là một món mồi ngon. Hoa khôi này đáng là cho vào rương hòm lưu giữ làm đồ kỷ niệm.

******

Tôi thường vẫn đến phòng của Miên. Tình yêu chúng tôi nghèo sự giao hoan. Chừng như anh xem tôi là một đứa em nhỏ. Anh không muốn mình là kẻ phản bội, khi chính anh đã không định đoạt được chính số phận của mình. Cuộc nội chiến đang thèm xương cốt của anh. Trống rỗng và chán phèo. Tôi thật tình chẳng biết ra điều gì. Vậy mà tôi không thể xa Miên, tôi yêu anh. Hình như tôi lớn khôn vì anh. Dần dà, tôi quen với những bữa tiệc thịnh soạn, thừa sự ấm áp, nhưng toàn những món chay. Thầy tu ăn chay thành Phật. Tôi ăn chay hoài kiểu này, tôi trở thành...đàn ông.

Và, tôi yêu anh. Yêu giông bão.

******

Chơi dao cũng có ngày đứt tay. Câu nói thường tình. Trong dân gian chắc có người đã từng. Rồi một buổi chiều chúng tôi không những đứt tay, mà đứt lưỡi vì dao. Lưỡi còn nguyên mà không tự biện được

Miên sống rất bình an, ít khi đóng cửa phòng, dù lúc có mặt tôi. Tôi đang nằm dài trên giường. Bởi tôi thích nằm ngửa hơn là đứng hay ngồi. Bây giờ là ba giờ chiều. Miên ngồi bên cạnh giường. Thay vì mở tôi ra nghiên cứu cơ thể, anh lại mở một quyển sách ra đọc.

Cơ thể tôi sấm sét rồi động đất. Tâm chấn nằm đâu dưới lằn bụng. Dưới chút nữa. Đâu chỗ cái thung lũng tình yêu sương khói hay sương mù gì đấy. Toàn choàng dậy, đoạt quyển sách trên tay Miên ném vào chỗ góc giường. Tôi lột cúc áo anh ra. Tức tốc tháo dây lưng quần của anh. Anh cũng thừa tàn khốc. Đây mới thực là tình yêu như trái phá. Tan nát mọi mép rìa. Rồi tôi ngủ thiếp.

Ước gì tôi chết luôn là khỏi rườm rà.

Có tiếng chân người từ ngoài. Rồi tiếng gõ cửa đột ngột. Bà nội và mẹ tôi xuất hiện. Bà phán:

- Về nhà ngay.

Giống là một phòng trừng trị tội phạm.

Phòng khách. Cửa chính đóng. Cửa sổ đóng. Hai con roi đặt trên bàn. Bà nội ngồi chánh án. Ba và mẹ tôi đứng thẳng ron hai bên thành ghế chánh án. Chờ lệnh. Tội nhân nữ nằm dài trên nền nhà. Nằm úp. Đập vào mông.

Ba tôi thương con gái, từ bé chí lớn chưa hề mắng tôi một lời xúc phạm. Ông cầm cây roi nhứ nhứ như hù dọa. Bà nội mắng: "Đập một trận chí tử đi cho tôi. Gia pháp để đâu."


**


Tôi đi hoang, một cuộc hoang có giới hạn, là sang nhà con nhỏ bạn ở liều mấy ngày. Thoan tìm được tôi trời đã khuya. Thoan an ủi. Tôi nói rồi em cũng có ngày như chị. "Thôi, em van chị," Thoan vừa nói vừa tức tưởi: "Anh Miên đã khăn gói ra đi rồi." Tôi nói anh Miên không là người chạy trốn. Thoan giải thích: "Chắc là vậy, nhưng tình thế đang xua đuổi anh. Chúng ta khốn khổ, chúng ta chỉ là những vật nuôi."

Thức giấc lúc hai giờ sáng. Tôi lấy giấy viết thư cho Miên. Nhưng viết không được. Mà biết anh ở đâu. Nước mắt lại tràn ra. Tôi đi ra cầu tàu. Con khỉ nhớ ai con khỉ ngồi.

**

Miên bỏ biệt đơn vị, về Sàigòn trong gần hai tuần. Quá mười lăm ngày anh có thể bị khép vào tội đào ngũ. Trở lại đơn vị, Miên bình thản chào mọi người, nở nụ cười nhận một cái lệnh thuyên chuyển. Đi xa biệt cái thành phố này. Đời của Miên là một cuộc phiêu bồng, một con tàu đổ vỡ, một dòng nước trầm luân từ nguồn về biển qua bao nhiêu đồi núi ruộng đồng hai bờ cát nóng. Miên, một thân phận lưu đày, một sinh viên một thời phản loạn, một sĩ quan bị chỉ định cư trú, phải lìa bỏ quê nhà miền Trung lưu lạc đến miền nam lưu trú. Anh là một kẻ trung thực trong canh bài nên bị thua lận, nhưng anh thản nhiên đón nhận đổ vỡ, dang đôi tay như cánh hạc trong cuộc đời bão tố này. Anh được thuyên chuyển tới một đơn vị tác chiến.

Thì tôi, đứa con gái mười bảy khùng điên. Có sao đâu. Tôi xếp áo quần vào túi xách. Tôi sẽ mang cái thân mạng này đi theo anh. Nhưng tôi lầm. Thân gái này đang là tên tù quản thúc tại gia. Thương nhớ của tôi càng mênh mang ra, thì xương cốt teo dần lại, vì cái thế giới mênh mông ngoài kia bỗng thu nhỏ lại trong bốn bức tường.

Sau cơn đập phồng mông đứa cháu nội, bà nội tôi rất mực trở ra thương yêu, chăm sóc cháu. Một lòng thương ăn đoong, xảo quyệt. Và một sự chăm sóc tận tình của bọn lính Đức chăm sóc tù nhân Do Thái.

Những giấc mơ nồng nàn của tôi bấy lâu có sông nước thơ mộng với cây xanh và bóng nước hai bờ, chiều vàng sương mai, có cái cầu tàu chiều chiều tưởng nhớ, nay có thêm trong tưởng vọng là những lục bình trên sông trôi lênh đênh. Chỉ là thờ ơ, phiêu dạt.

*Dịch Thủy quán 1969*
*Sàigòn 1999.*

# NHÌN MẶT DĨ VÃNG

## I

Sau những năm tháng đi biền biệt chiều hôm đó chàng trở về, với trên tay cái điện tín của người chị đánh đi cách đấy ba hôm.

"Tâm, cậu phải về gấp. Thầy đau nặng ngất đi sống lại đã hai lần. Thế nào cậu cũng phải về. Hãy quên chuyện cũ đi. Tôi nghĩ đến giờ phút này cậu hãy nghe lời tôi. Người chị khốn khổ của Tâm, chị Thuyết.''

Con tàu qua hết một cánh đồng, chạy vào một ngoại ô, tiếng còi tàu như chật hẹp lại. Một cái gì hun hút bồn chồn thoát đi từ những âm thanh đó. Tại sao chị Thuyết lại biết địa chỉ của chàng để gởi cái điện tín? Tại sao sau khi nhận cái điện tín chàng quyết định trở về ngay, mặc dù trước đó việc trở về đối với anh là một cực hình? Tại sao cha lại từ giã cõi đời sớm như thế? Sáu mươi tuổi. Cái chết phải chăng là một chấm dứt hoàn toàn, đánh tan những hình hài, bẻ gãy tất cả những tham vọng. Mà cha chàng đã mang tham vọng gì trong cái tầm thước cuộc đời ngắn ngủi ấy?

Bao nhiêu câu hỏi hiện lên mờ tỏa trong trí óc chàng như những đám bọt biển nổi trôi bơ vơ trập trùng trong ngày biển động. Con tàu qua một vài ngã quanh, vòng bánh sắt nghiến xé trên đường để lại những tiếng động khô khan, rồi dừng hẳn trong buổi chiều ánh vàng leo lét lười biếng đọng trên những đỉnh cây xám xịt.

Chàng xem lại cái điện tín một lần cuối rồi nhét vào túi áo. Cúi nhặt chiếc va li, đứng lên đi về phía cửa. Khi đến cửa chàng đứng lại nhường lối cho một người con gái. Bước xuống cầu thang nàng hất mạnh đầu, mái tóc nàng bồng lên. Một chút nắng vàng và một khoảng tối đọng trong tóc gái làm chàng xao xuyến.

Chàng đi vào trong ga. Căn nhà rộng thênh những ánh đèn vàng võ. Chinh chiến đã làm mọi sinh hoạt, đời sống trở nên khó khăn thiếu hụt. Con tàu chạy tiếp, để lại một vùng âm thanh buồn nản. Thật là mâu thuẫn, chàng nghĩ, khi con tàu để lại những vệt khói nhẹ nhàng thoáng bay trong không thì những tiếng động nặng nề len lỏi trong khoảng tối u uất.

Nơi cuối ga đám người chào đón và tiễn đưa cũng đã tản mác. Chuông giáo đường đổ những giọt tê điếng. Chàng đưa mắt theo con tàu đã khuất. Trong một thoáng người trai trẻ cảm thấy trống vắng lạ thường, và chàng tiếc rẻ đã bỏ lỡ một chuyến khởi hành… Đã từ lâu như thế, chàng luôn cảm tưởng trôi giạt; bất định; đến một thành phố chàng lại vội đi, vừa rời xa lại thoạt nhớ muốn quay về.

Nhưng nếu một ai hỏi muốn quay về đâu, chắc chắn chàng không thể trả lời được rằng mình có một nơi nào để quay về. Từ bao năm chàng là một hành trình tiếp

  CUNG TÍCH BIỀN • *NGƯỜI ĐI THEO BÓNG* • tập truyện

nối những cô đơn, một phân vân lựa chọn mà chưa bao giờ được lựa chọn; đời chàng một kết nối những tình ái dở dang, lang thang trong miền đất quê hương mà luôn là một khách lạ.

**

Bây giờ chàng bước đi trên con đường dẫn vào thị trấn xưa, nơi chôn nhau cắt rốn. Không còn sự lựa chọn nào. Chỉ con đường độc nhất dẫn chàng trở về ô cửa từ đó nhìn thấy vì sao ban đầu, từ tuổi thơ, tuổi lớn; ở đó những giấc mơ kỳ diệu nhất, phát khởi tầm vóc cuộc đời chói sáng, vượt bay; và cũng từ ngưỡng cửa ấy chàng chịu nhận những bất hạnh đến từ những người thân yêu. Lát nữa, chàng sẽ nhìn lại khuôn mặt người cha. Chàng cầu mong những ám ảnh, bao đau buồn xưa sẽ mất dấu, trả lại cho chàng con tim bình an hơn.

Chàng đi xuống một khoảng phố. Nơi này ngày xưa chỉ là một vùng ngoại ô buồn tẻ, bây giờ những biệt thự, nhà nhiều tầng chen chúc. Lạ lùng, chiến tranh đâm nát mặt mày quê hương nhưng những tòa nhà thành phố ngày ngày cao hơn. Bao năm xa cách, chàng vẫn nhớ từng con đường, bóng cây, góc phố. Mỗi ô cửa xưa là một kỳ diệu thắp sáng trí nhớ. Rồi chàng đột nhiên dừng lại trước một khu vườn rộng. Con tim lại trở màu bất an. Một ý nghĩ thoạt đến, đột ngột và tàn nhẫn. Tại sao tôi trở về? Có lẽ nào tôi phải nhìn lại ngọn đèn nở ra ma mị bên kia hàng trà tàu? Phải nhìn cái phiên ảnh đã làm tan vỡ một đời tôi. Tôi phải đành lòng bỏ nhà ra đi. Một từ biệt mang ý nghĩa vĩnh biệt. Cha tôi, ổ chỉ là một cái thang nối liền từ địa ngục đi lên, hay từ trên kia trở về địa ngục.

Một phút trước lúc quay lại sân ga, từ cánh cổng lớn ngày xưa, chàng nhìn vào bên trong. Sân vườn loáng thoáng người, những hình hài sầu muộn, những áo tang trắng di chuyển trong đêm. Lặng lẽ đến ma quái. Một lực vô hình đẩy chàng vào khu vườn, đẩy chàng bước lên thềm. Một bước nữa, thật là bí ẩn. Chàng mong có một tiếng động làm chàng đổi ý, nhưng không, thật là vắng lặng… Trong hố thẳm rỗng không của hiện thực, chàng cảm ra một sự tủi nhục bén mùi. Chàng dừng lại. Quay lui.

Nơi sân ga khuya khoắt một khoảng trống tẻ lạnh. Chàng ngồi ở đó rất lâu, hối hận vì một chuyến trở về. Cơn mưa khuya vung vãi. Mùa thu đến, trời đất ủ minh. Rất khuya, phố vắng, chàng uể oải đứng lên. Chẳng biết đi đâu, tàu chưa đến, chàng lại đi về hướng ngoại ô… Bước dưới những tàn cây rũ rượi Tâm dẫm lên dĩ vãng, những móng nhọn hành hạ con tim trở chứng, đau nhức.


II


Trên bàn thờ nhang đèn đã được thắp sáng từ hơn tám giờ tối. Trong hương khói một người đàn ông được đặt trên một chiếc giường sang trọng. Ông ta nằm ngay ngắn, được đắp bằng một tấm vải trắng kéo lên đến ngang ngực, chiếc cổ ốm tong, râu trên cằm được tỉa gọn, sống mũi cao càng thấy cao hơn, vì hai gò má đã lõm sâu. Đôi mắt nhắm nấp dưới hàng lông mày đen. Chỉ đôi lông mày là không chết theo cái thể xác vàng võ ấy thôi. Một đôi mày nguyên vẹn trên khuôn mặt trơ, như hai vệt núi xanh trên một vùng đất nghèo gầy.

Người ta đặt ông nằm đấy, vì lòng thương yêu lẫn tôn kính muộn màng, là để chăm sóc. Người ta đổ vào miệng ông những hớp thuốc hồi dương, mong ông kéo dài cái sống. Nhưng tuyệt nhiên không còn gì, dù là vài thoi thóp qua hai cánh mũi như đã hóa nhựa. Một cái xác chết. Cũng không hẳn thế. Hình như ông ta trong tình trạng lửng lơ, như chưa hắt ra hơi cuối cùng. Cái xác này đang trong nuối tiếc một người thân yêu chưa trở về. Đang trong cái khe giữa Ở Lại và Ra Đi.

Bên cạnh ông, túc trực trên hai chiếc ghế màu gỗ gụ là hai người đàn bà. Một cậu con trai ngồi bó gối trên chiếc đi văng đối diện. Những ngọn lạp trắng ánh sáng huyền hoặc. Đã một thời, chính trong căn phòng này, bi kịch đã xảy ra giữa người đàn ông – người đang nằm yên trên sạp lụa chờ phút cuối cùng; và Tâm – người vừa trở lại thành phố theo tin báo cha qua đời, đã vội vã bỏ đi.

Diễm buồn bã. Nàng đã rất gầy theo tuổi tác. Những ngón tay vuốt tóc. Tóc pha. Một thời nàng có một bàn tay đẹp, có thể hơn cả những bàn tay được mô tả trong vài cuốn tiểu thuyết. Diễm bâng khuâng, và nói mơ hồ:

- Chị Thuyết à, không biết trong tình cảnh này mẹ của Lạc có về được không?

Thuyết cũng chẳng vui, trả lời:

- Chị đã đánh một điện báo tin buồn rồi. Nhưng như ném một viên sỏi nhỏ xuống một hang sâu. Không hề có hồi âm. Chị tin rằng sẽ không ai về. Chẳng bao giờ về.

- Em tin mọi người sẽ trở về. Thế nào cũng phải trở lại. Trong tuyệt vọng, mỗi con người vẫn luôn mong chờ một phép lạ. Cái chết của Người có thể mang lại một phép lạ cho sự hóa giải chăng.

Cậu con trai, ngồi như chết trên chiếc đi – văng từ đầu đêm, bỗng như được đánh thức bởi cái từ Mẹ đáng yêu, cậu hỏi:

- Tại sao mẹ tôi lại bỏ đi như thế. Vì sao bao lâu nay không ai trong cái nhà này quan tâm tới sự vắng mặt của mẹ. Vì sao điện tín lạc địa chỉ. Vì cái gì mà đoạn tuyệt nhau? Em chưa một lần gặp mẹ.

Thuyết nhìn em trai ái ngại. Từ lâu nàng không muốn Lạc, tên cậu trai, biết cái bi kịch gia đình. Chị mong chờ thời gian sẽ làm rêu nhạt, xóa tan những thù hận giữa những con người gọi là máu thịt trong gia đình. Chị chờ ngày tái hợp, ngày ấy Lạc đã trưởng thành, đủ bản lĩnh để vượt khó. Nhiều lần chị lảng tránh khi Lạc tra vấn: "Chị Thuyết, Linh Trang là ai?"

Trời bên ngoài đổ mưa. Một cơn gió mạnh. Những ngọn nến chao đảo. Không gian bỗng ma mị, nghi hoặc. Người đàn ông nằm trong trạng thái chưa hẳn chết có thể đang mong chờ một kẻ trở về.

Thuyết đang khóc. Diễm rơi lạc vào mơ hoang. Và Lạc, cậu ấy thèm được nhìn khuôn mặt mẹ. Cậu như một biểu trưng, như là cái chuỗi ngọc người ta đeo vào đêm lễ tân hôn, nhất thiết phải quên đi Linh Trang, người đã làm ra chuỗi ngọc.

Đó là một câu hỏi trong thâm tâm của Diễm mỗi khi săn sóc cho Lạc. Lạc, là em hay là cháu của nàng? Cha nàng là ông nội hay là cha của Lạc.

Một vài người thân đến viếng phải đứng ngay bậc cửa nhìn vào trong. Họ không được bước vào phòng nơi người đàn ông đang chờ phút lâm chung. Theo lời di chúc, ông ta không muốn sự thăm viếng đông đảo, không muốn tang lễ rườm rà – mà với địa vị, sự giàu sang, mối quan hệ xã hội rộng rãi từ giới thượng lưu như ông – thì đám tang phải đầy đủ nghi thức như thông lệ. Thậm chí, theo lệnh ông, đèn nến chỉ là những cây lạp vừa đủ sáng, giới hạn cực kỳ ánh sáng, đèn màu. Giới hạn hoa và lễ lạc. Cửa ra vào phải đóng kín. "Chối từ ánh sáng và quan hệ con người." Đó là di chúc. Hay một tạ từ mang nội dung hối lỗi.

Đã một ngày qua, người đàn ông vẫn trong tình trạng hôn mê. Đã mấy ngày qua, tín điện đánh đi, nhưng người con trai đã mất người yêu vì cha mình, chưa xuất hiện. Đúng hơn là đã quay về, thoáng thấy, rồi vội bỏ đi. Một người mẹ đi tu, đã ép mình trong cửa thiền, để tha thứ và để trực diện với sự thật; bà cũng không muốn nhìn lại người chồng phản bội, đang-nằm-chờ-được-vuốt-mặt của hôm nay.

Nhiều đêm mòn mỏi chờ người thân yêu thật sự trút hơi cuối cùng, hai chị em Thuyết và Diễm, mỗi người một cõi mộng du. Những hồi ức có thật đã trở nên những ảo tưởng huyền hoặc. Khung trời mùa thu quen thuộc đã lạ xa. Một tiếng thầm trong rừng vàng lá, một bầy mây lang thang khung trời nắng vụn, những ngày biển động, trời làm mưa xa, chiếc cầu trắng trong sương mai; thành phố ấy, những khoang thuyền trôi, những đỉnh cây buồn, đêm quán nước ánh đèn, tiếng còi tàu ngoại ô; con đường đầy lá và gió, những phận đời bỗng nhiên lùi lại, nép vào nhau tình tự, ẩn náu vào dĩ vãng. Mùa thu ấy đã đến, đã qua. Mùa thu ấy đã xa. Của cỏ lau đổi màu, của những đôi mắt ưu tư hôm nay nhìn xuống những ngỡ ngàng cùng những bi thương khác. Còn lại cây đinh ác độc đóng lên định mệnh gia đình. Khóa chặc cánh cửa cảm thông, tìm nhau. Mùa thu, mùa ma vương, mà người cha đã yêu, đã chiếm đoạt cô vợ tương lai của con trai mình.

# III

Cánh cửa sịch mở. Người đàn ông trạc ngoài ba mươi hiện ra trên khung cửa. Chàng, một bản sao chân dung cha mình, người nằm đợi, như tượng tạc bởi một nhà điêu khắc tài hoa. Nó hiển hiện, tả thực một khách giang hồ phiêu bạt, thoạt trở về trong một đêm đầy trắc ẩn. Người đàn ông đứng yên, một khoảng cách đủ nhìn con người đang nằm đợi. Mái tóc bồng, ướt mưa, đôi mắt mơ hoặc, ẩn chứa một niềm u ẩn, đôi môi mím chặt, chàng biểu lộ một sức sống mãnh liệt; đăm đăm nhìn cái xác quàng trong hôn mê.

Hai người nữ trong một thoáng bất ngờ chưa kịp phản ứng gì. Nhưng cái ám ảnh về bi kịch thức giấc. Một người quay lại ôm thi thể người nằm đợi, và một người đứng lên nhìn sững sờ người đàn ông vừa xuất hiện.

Cánh cửa phía sau được đóng lại. Những ngọn nến đứng im trong một không gian lung linh mềm tơ. Không gian không tràn cái tràn cảm xúc gặp gỡ mà bỗng co nhàu. Im tiếng.

Diễm bật tiếng khóc. Nàng đã tìm lại được một người anh lưu lạc. Anh không nói năng. Sau đó, chàng bước tới, ngồi xuống, rất nhẹ nhàng, bên cạnh giường, đưa tay kéo tấm chăn. Chàng đưa tay vuốt lại mái tóc người nằm chờ. Bàn tay đi lần xuống vùng trán, đôi mắt, mũi cằm, rồi dừng lại nơi chiếc cổ trắng toát khẳng khiu.

Cha tôi đây à. Chỉ là một cái xác lạnh lẽo xa vắng thế này ư. Không phải. Nhất định không là. Không hề một người Cha xưa kia sinh động, thét gào, tham lam, và đam mê quyền lực. Người là một dựng chứa những mưu toan, dự tính.

Hơn một lần người đã chửi vào mặt tôi: "Tuổi trẻ chúng bay là những thằng lang thang vô tích sự, không tham vọng, thiếu tương lai, tuổi trẻ thù hằn vô duyên cớ, yêu đương mù quáng, lý tưởng gì những thằng chỉ biết phẫn nộ và đập phá."

Người từng xỉ vả "Tao, thế hệ già chúng tao không tin tưởng nơi chúng mày được, thật vô phúc cho những người đã ngã xuống cho một quê hương mà không có thế hệ nối tiếp."

Chúng mày, chúng mày, chúng mày! Bao nhiêu lời trách cứ cày xới lên những kẻ đi sau.

"Chúng mày không biết cư xử. Chúng mày không như thế hệ chúng tao ngày trước. Vì sao chúng mày khinh miệt, muốn treo cổ quá khứ?"

Tâm nắm tay người đàn ông tím ngắt những ngón. Chàng tự nhủ, bàn tay này, chính bàn tay này đã bóp chết một đời con, đã cướp mất những gì yêu quý như tình yêu lý tưởng; đã cướp tương lai. Giờ đây là của một xác chết, nó thuộc về một cõi xa. Cả thi thể này rồi cũng rã mục trong đất lạnh. Chàng vụt đứng lên đi lại trong phòng. Diễm và Thuyết vẫn yên lặng. Họ tôn trọng cái giờ phút thiêng liêng của người con trở về.

Chàng bật đèn sáng rỡ trong phòng. Châm thuốc hút. Cởi lớp áo ngoài vắt lên đi văng. Vẻ trầm lặng, căm căm một cách kỳ lạ. Đồng hồ điểm tiếng thứ tư. Chàng nói mơ hồ: "Tại sao mẹ tôi lại phải về." Giờ đây, quanh đây, chỉ một không gian hờ hững. Tình thế bỗng dưng trống rỗng. Một sự tái ngộ sau bao năm ly cách lẽ ra thân thiết trong nước mắt trùng phùng, lại trở nên cay đắng. Một khoảng cách vô hình, đến vô minh ngăn cách. Diễm đi lại, nhìn anh. Nàng hỏi:

"Anh Tâm, anh có biết mẹ chúng ta giờ đang ở đâu và đang làm gì không?"

"Anh không biết, anh đã mất mẹ như em vậy."

**

Chuông giáo đường đã vang lên hồi hai. "Tại sao chúng mày khinh miệt tiền nhân, muốn giết chúng tao?" Hừ. Chàng thanh niên quay người, nhìn thi thể người đàn ông, giờ này đã thuộc về huyền thoại. Có phải thế không. Chàng lần nữa ngồi xuống bên cạnh, nắm lấy bàn chân trái của người đàn ông trước con mắt kinh ngạc của Thuyết và Diễm.

Chàng tự nói với mình: "Cha không hổ thẹn khi nói đến điều liêm sỉ à. Thưa cha, chúng con không thể giống như cha được. Chúng con không thể chịu nhục nhã để mua lấy một đời sống bằng an trên đau thương của kẻ khác. Đến lúc con phải nhắc đến Linh Trang, một linh hồn bất tử nằm ngoài đám bụi đen trần tục này. Tình yêu của con đã trở thành một lý tưởng, một tuyệt đối. Bây giờ và mãi mãi con làm người đi hoang, tìm trong đau thương và tuyệt vọng Cái Đã Mất. Tìm được gì? Hẳn cha đã biết. Những chuyến tàu đã qua bao nhiêu rừng khô, đồi hoang; những đêm trắng đêm ưu tư, một khoảng không, một rỗng trống, không hy vọng lấp đầy; những đêm trắng đêm soi mặt vào ý thức, con cố tìm một giải mã về Cha. Cha nghĩa là gì? Chắc chắn không là một phản ảnh của tham lam ích kỷ; không là biểu tượng một bất lực đánh mất; càng không thể là một lẩn trốn vào hạnh phúc và thế lực… Cha còn nhớ một mùa thu Linh Trang? Ôi mùa thu huyền mộng của tôi… Chàng một thoáng gục xuống, như hôn lấy bàn chân của người đàn ông.

Thuyết đưa tay vuốt mặt cha, nói lời van vái:
"Thưa cha, Tâm đã về đây, xin cha yên ngủ."

Người đàn ông trong hôn mê hé mở đôi mắt. Nó hiện ra giữa khuôn mặt cô đơn như một ánh lửa tàn.

"Tâm, em hãy vuốt mặt cha đi. Cha đang nhìn chúng ta kìa."

"Anh Tâm, em van anh, hãy để cha được an giấc."

Một cơn gió mạnh đột ngột làm tung cánh cửa. Con Mun, một con mèo đen to lớn, con vật quen thuộc trong gia đình nhảy phóc vào trong phòng chờ tang. Nó đưa đôi mắt như hai ngọn lửa thần bí nhìn quanh. Mun thu mình lặng lẽ một lúc bên người sắp lâm chung. Rồi nó vụt tung, như có cánh bay, qua cửa sổ, vào trời đêm.

Tâm đưa tay vuốt mặt cha mình. Chàng cảm thấy một hơi lạnh truyền ra từ khuôn mặt buốt giá. Nhìn cái bóng đen bay qua cửa sổ, lúc hàng đèn nến lung linh, Chàng nhủ thầm "Một linh hồn ra khỏi."

Dịch Thủy 1970 — Sài gòn 1995

# CHUYẾN TÀU

Anh lưng chừng là bị theo dõi, anh chống đối, lý thuyết hay hành động, người ta sẽ khử anh ngay. Là một đảng viên anh phải đặt quyền lợi và danh dự của đảng trên hết. Đem nhân mạng của mình làm con tin cho đảng.

- Điều ấy có nghĩa là anh bỏ phiếu cho một nền độc tài. Là tuân thủ một đảng chính trị bóp chết, triệt tiêu tự do tư tưởng, ngôn luận, nhân quyền. Nhà cầm quyền độc tài luôn không muốn tạo dựng một thế hệ thay thế mình lãnh đạo mai sau. Chỉ mỗi mình và kẻ được chỉ định thừa kế mình là mãi mãi, chẳng khác gì chế độ phong kiến xưa kia?

- Thật ra, nhìn chung tổ chức đảng chính trị, là cần thiết cho bất cứ một quốc gia nào. Nó là một thực thể hướng dẫn quần chúng, một lực lượng nòng cốt thuần nhất cho bộ máy chính quyền. Hiện tình, trong nhân loại không một quốc gia nào không có đảng phái. Cái rủi ro là...

- Nhiều đảng phái bây giờ...

- Là một tập đoàn chỉ biết lợi dụng lịch sử, núp bóng một thứ quá khứ hào quang nào đó để giành chính nghĩa hòng kéo dài thời kỳ lây lất thống trị. Anh muốn nói vậy phải không?

- Đúng.

- Tôi không chối từ đó là một sự thật, không riêng một nước nào. Sự lừa bịp và tham nhũng là một thực tại hiển nhiên. Nhưng những người tuổi trẻ như chúng ta là không nên đầu hàng và không được phép mặc nhiên đồng lõa Bọn chúng ta phải tạo dựng một niềm tin mới. Trên suy tàn, tuổi trẻ phải ra sức phục dựng.

- Như làm văn nghệ?

- …

- Bùng nổ cách mạng?

- Ừ, nhưng tôi có quyền gọi một ly cà phê uống vào sớm mai này, có thể dẫn một người tình đi dạo phố, có thể uống một ly rượu chiều, nhảy đầm những đêm cảm thấy buồn được chứ?

Người sinh viên vận áo vét đen cà vạt màu xám đậm có mái tóc chảy về phía sau, đường chải rẽ để lộ vừng trán cao, làn da trắng, ngồi yên lặng.

Người thứ hai, một sinh viên luật khoa, đưa mắt nhìn ra ngoài khung cửa rộng rồi đứng dậy đi về phía toa tàu sau. Lúc bước qua mấu nối giữa hai toa tàu lắc mạnh anh có cảm tưởng mình sẽ rơi xuống đoạn đường sắt lướt nhanh bên dưới. Con tàu rùng mình. Cánh đồng rộng lộng gió. Hoàng hôn nắng lưng vàng.

Anh ngồi xuống một cạnh một người phụ nữ.

- Đây là đâu nhỉ? Người đàn bà hỏi.

Chàng sinh viên đưa mắt nhìn hướng núi tây y hệt tìm quen với núi rồi trả lời:

- Dạ, sắp đến Tuy Hòa.

Ba ta chỉnh lại chiếc khăn quàng cổ, tỏ vẻ lạnh. Cô con gái ngồi cạnh ngáp dài, kín đáo quan sát người sinh viên, ra dáng bẽn lẽn. Tàu chạy nhanh, gió lùa vào trong như bão, bỏ lại sau một thứ không gian run rẩy.

Tối rồi, người đàn bà nói. Cô gái chừng mệt mỏi, bảo mẹ cho con chai dầu nóng. Cô xoa dầu hai bên mang tai, xoa qua lại chỗ mũi, hít hà, nhắm mắt.

**

Người sinh viên đến xem quầy thức ăn rồi trở về chỗ người bạn. "Đi ăn cơm gà," anh nói với bạn.

Cả hai đứng lên. Qua cửa tàu. Vì sao Hôm hiện ra như hạt kim cương. Lạnh và xa. Một trăng lưỡi liềm non, nhạt.

Họ ngồi lên chiếc ghế cao, tay đặt lên quầy hàng. Bóng tối pha lẫn ánh điện lờ mờ, tạo một thứ màu ảo các họa sĩ khó thực hiện vào họa phẩm của mình. Toa hàng ăn đông người. Có tiếng nhạc, những lời than van chinh chiến, quê nhà, phận người.

Hai chàng bắt đầu nhấm nháp những miếng thịt gà khô và dai. "Loại thịt tồi thời thổ tả," một anh than phiền. Anh kia an ủi:

- Ăn cho qua ngày. Đường sá đầy bom mìn, đứt đoạn. Nhìn những goong tàu dưới vực sâu kìa.

- Có thể chúng mình đi chuyến tàu cuối cùng đây mà.

Cuộc chiến Bắc-Nam đã đến đỉnh điểm khốc liệt, sự tận hủy cũng đến chỗ tột cùng. Ai cũng hiểu ngành hỏa xa hiện nay không thể hoạt động được nữa. Đã có thông báo ngưng các chuyến tàu trên nhiều đoạn đường dài. Nhiều cây cầu bị đặt chất nổ sụp gãy. Chỉ một tiếng nổ, cây cầu sắt tan hoang, nhưng xây nó phải mất nhiều tháng ngày. Con đường trở nên một con bệnh vết thương mỗi ngày một lớn vô phương cứu chữa. Cuối cùng thì nó chết. Hôm nay nó chết. Con tàu này đi qua như một hơi thở cuối cùng.

- Anh có nghĩ một vài quả mìn của du kích hiện đang được chôn dưới đường ray chúng ta đang đi qua đây không?

- Mìn luôn luôn nằm dưới lòng đường như thú dữ thường có trong rừng núi.

Người đàn ông ngồi bên cạnh chừng như đồng tình câu chuyện trao đổi giữa hai sinh viên, ông ta quay sang phụ họa:

- Đi tàu lửa lúc này khác gì đi trên dây tử thần. Xin lỗi chắc hai anh ở trong đoàn sinh viên thiện chí?

- Vâng ạ.

- Thế hệ các anh phải nối liền hai mảnh đất này. Phải chết vì nó. Chúng ta đâu chỉ từ Cà Mau đến vĩ tuyến 17. Phải qua cái lần mức đó chứ.

- Ông muốn nói đến Hà Nội?

- Đến Nam Quan chứ. Tôi khởi từ Cà Mau mà.

Một người ngồi cùng quầy liếc nhìn gã đàn ông vừa nói, hắn trề môi ra chiều dè bỉu. Xem ý tưởng vừa được nói là quái gỡ, không tưởng của một gã từ cung trăng vừa xuống. Hắn ta nói xen vào:

- Mình có thể đánh luôn nước Tàu và nối con đường này đến Bắc Kinh, sá gì Nam Quan. Các anh làm tôi nhớ ông vua Quang Trung quá đi mất.

- Quân nói liều. Người đàn ông nạt, cùng lúc nhanh tay cầm cẩm lẻ chai bia như sắp hành hung gã kia.

Mọi người trố mắt nhìn. Anh ta bình thản cười, chậm rãi rót thêm bia vào cốc mình. Rất khinh bạc anh ta gằn giọng:

- Nói là nói cho vui vậy chứ tôi không bảo thủ ý kiến của tôi đâu. Tôi tôn trọng ý kiến riêng của anh, nhưng merde, Hà Nội, Hải Phòng, Nam Quan, Cà Mau…

Bây giờ mọi người mới nhìn kỹ hai gã đàn ông. Gã được gọi là "hắn" có dáng dấp một con gấu. Lão nạt nộ ba tiếng "Quân nói liều" nhỏ người, gương mặt dài cằm nhọn và đặc biệt chiếc mũi gãy, ốm o giống một con khỉ.

**

Tàu chạy rất nhanh. Người lái tàu cho rằng tàu chạy càng nhanh khi ăn phải chất nổ mìn bên dưới sẽ bớt nguy hiểm, vì sức tàn phá chia loãng đều ra tải trọng bên trên. Một suy nghĩ khá liều lĩnh và khó thể chứng minh đúng sai.

Cuộc đấu khẩu giữa con gấu và con khỉ xảy ra nóng cháy, như lực tàu và trái mìn bên dưới đâu đó sẽ nổ.

Con gấu: Anh nghe tôi chưa, vừa rồi anh nói đến một phát súng nào đó. Anh dọa tôi à.

Con khỉ: Phát súng nào? Tôi xác định là tôi không bảo thủ ý kiến, anh có quyền mỉa mai. Còn phát súng thật khó nói. Hãy trả lời.

Khỉ: Trả lời cái gì.

Gấu: [ngập ngừng]. Chờ tôi một giây suy nghĩ…

Hai sinh viên nhìn nhau, nói nhỏ cùng nhau. "Chừng họ say cả rồi." "Không đâu họ rất tỉnh táo."

Gấu: Anh có thể cho tôi biết quá khứ của anh chứ, ông bạn quý? [gấu nở một nụ cười lạnh].

Khỉ: Quá khứ hà, thật khó nói – hắn đứng phắt dậy thét lớn – không, tôi đã chôn quá khứ tôi trong một viên đạn. Đừng nhắc đến nó nữa.

Gấu: Hừ. Trong một viên đạn?

Con tàu qua một đường hầm, kéo còi, đèn trong toa bỗng vụt tắt. Một vài người bật hộp quẹt, đèn bấm.

Gấu: Anh biết chứ, người ta có thể cắt bỏ đi một cánh tay hay một bàn chân nhưng không thể đoạn bỏ được quá khứ của mình.

Khỉ: Chúng ta già cả rồi. Tôi sợ.

Gấu: Sợ hà! Sợ cái gì?

Khỉ: Tôi không biết nữa [Khỉ mở khăn lau giọt mồ hôi, khuôn mặt tái đi và giọng nói trở nên thảng thốt] Anh có hiểu quá khứ là thế nào chăng?

Gấu: Ờ ờ… là món nợ vay mượn của thân phận làm người. Tôi không rõ lắm. Xem nào, chúng ta lúc nào cũng nghĩ về một tương lai, muốn nó tươi đẹp. Quá khứ, đâu cách gì chỉnh sửa được cái đã định. Làm tương lai, đâu ai làm quá khứ.

Khỉ: A… ông bạn, anh đã tìm ra được nguồn gốc của tội lỗi.

Gấu: Thì ra là vậy.

Khỉ: Nghĩa là thế nào?

Gấu: Viên đạn ra khỏi nòng rồi.

**

Có tiếng cười lớn. Tiếng cười trắng xương khô. Con tàu qua một cây cầu nữa.

Con Khỉ: Anh biết chứ, tôi đã bắn chết vợ tôi. Nàng đẹp như nàng từng đẹp, cái xác ấy.

Con Gấu: Tại sao biến cái đẹp ra cái thây?

Khỉ: Vợ tôi lấy tôi năm nàng hai mươi tuổi. Chúng tôi có một người con trai duy nhất. Thằng nhỏ hành quân, chết trong một lần đụng độ khát máu. Chẳng ai mang được xác nó về. Buổi tối sau khi nghe tin đứa con chết tôi lấy súng bắn vợ ngã gục.

Gấu: Anh có tuyên án khi khử một người?

Khỉ: Nàng phạm tội đã lấy tôi.

Gấu: Thật trách nhiệm. Thật là một vị anh hùng.

Người con Khỉ hai bàn tay đan nhau bối rối, khỉ lần nữa lau những mồ hôi trán. Đêm đóng chặt bóng tối bên ngoài. Hai sinh viên rít thuốc, nhả làn khói một cách điệu nghệ, những vòng trắng bay lơ lửng.

Gấu: Hãy uống nốt ly bia đi. Anh chôn nàng như thế nào nói nghe coi.

Khỉ: Tôi đốt nàng bằng dầu hôi. Lửa cháy mười phút rồi hết dầu. Mới cháy phần ngoài. Nàng chưa hóa xương đen. Tôi không kinh nghiệm đốt người nên dùng lượng dầu không đủ. Thịt của nàng! ôi chừng như thịt cháy rồi còn biết đau, run rẩy… Anh đã xem chiếu bóng lần nào chưa.

Gấu: Có.

Khỉ: Hãy cố tưởng ra ruột gan một sinh linh lúc ấy.

Gấu: Như một khối óc bị dày vò bởi quá khứ.

Bây giờ một trong hai sinh viên lên tiếng:

- Các ông phạm tội.

Gấu: [khoan dung] Này ông bạn trẻ. Trong một xã hội tràn đầy tội lỗi kẻ nào không phạm tội kẻ ấy thoái trào.

Có tiếng súng nổ vào đoàn tàu. Những tia lửa vẽ trong đêm tối những sợi râu đỏ. "Tàu bị tấn công"… ai đó rên rỉ.

Một phụ nữ trúng đạn. Tiếng la khóc mỗi lúc một nhiều vì ăn đạn. Con tàu tăng tốc tiến vào đêm đen cố trốn thoát. Những tràng đạn đuổi theo sau nhỏ dần. Khi tiếng súng đã khuất hẳn. Đèn trong toa bật sáng. Hai gã đàn ông vẫn ngồi gục đầu vào quầy hàng như say ngủ. Có thể hiện thực vừa diễn ra cũng là cảnh trong cơn mơ của người say ngủ.

**

Khỉ: Ừ nhỉ tôi nhớ thằng con trai tôi. Nhớ góc xương đầu, viên đạn ghim vào phía sau gáy. Anh đã đánh bạn với một viên đạn đi ra khỏi nòng súng nào chưa? Nếu anh đã từng quen với đạn anh hãy nhớ lại cái cảm giác gặp gỡ giữa người và đạn. Chắc là thú vị.

Gấu: Tôi có tham dự trận giặc chống Pháp.

Khỉ: A…

Gấu: Tôi cũng từng là bạn hữu của đạn. Bắt tay nó qua một vết thương nhẹ. Không thân thương với chúng đến độ tha thiết, nên còn thở phì phò tới hôm nay. Xin chào cuộc sống sót.

Gấu: [cười] Tôi có gia nhập đảng phái.

Khỉ: [vồ vập] Đảng nào?

Gấu: [lưỡng lự] Đảng X.

Khỉ: Tôi đảng của lãnh tụ NTT.

Gấu: [cười ngạo nghễ] Tôi biết. Ông ấy là một văn hào. Yêu nước là một căn bệnh.

Khỉ: [vẫn nhắm mắt, như nói cùng mộng mị] Tôi đã bỏ trường học, bỏ nhà ra đi từ năm một ngàn chín trăm bốn mươi. Bọn Pháp bắt tôi, giam cầm, tra tấn. Nhật thả tôi ra. Tại Hà Nội tôi tham dự trận chiến ý thức hệ giữa các đảng phái. Tôi lại bị tù. Nửa đêm bị đem ra thủ tiêu trên đê Hồng Hà, nhờ đêm tối tôi trốn thoát.

Gấu: Chuyện cảm động nhỉ. Nhưng chuyện qua đường, con đường lịch sử nghìn khúc quanh. Mỗi ngã rẽ, mỗi làm dáng uốn lượn là một triệu máu tuôn. Này ông bạn, tôi... đồng chí với ông. Chỉ khác hệ phái thôi.

Khỉ: Hãy im. Hệ phái, hệ phái, một hai từ đủ bôi đen lịch sử. Phân hóa, tàn phá gây bao thất bại.

Một sinh viên nói rất nhỏ vào tai bạn, "Họ bị quá khứ dầy vò. Họ tự thú"

Gấu: Tôi kết án anh.

Khỉ: Tôi tự kết án tôi rồi.

Gấu: Chúng ta hèn.

Khỉ: Đúng.

Gấu: Chính vì đó mà hàng ngũ chúng ta bị phân hóa, rã tan, luôn là bại vong.

Khỉ: Rất đúng. Bi thảm thay.

Hai gã bỗng đứng lên cùng một lúc. Nhìn ra bóng tôi Gấu nói: "Hãy nhìn kìa".

Khỉ: Nhìn cái gì trong mịt mùng?

Gấu: Bóng Đêm.


**

Con tàu chạy chậm rồi như muốn dừng hẳn lại. Có tiếng rên rỉ, "Tàu bị du kích chặn lại." Dưới ánh trăng lờ mờ một đầu tàu khác bị lật nhào nằm yên bên dọc một hào sâu. Tàu chạy chậm qua đoạn ray chừng như bị tháo những bù lon một cách khó khăn trước khi vào đoạn đường bình thường.

Có tiếng nổ phía núi, âm vang không đều. Một tạp âm chen lấn nhau giữa những tràng liên thanh, tiếng lựu đạn, tiếng pháo từ xa dội tới. Những đám cháy hừng sáng một sườn núi. Những trái dù hỏa châu màu xanh rồi màu đỏ trôi lênh đênh, rụng dần trong bóng đêm.

Người đàn bà bật hộp quẹt thắp mấy cây nhang. Bà hướng ra ngoài đêm bái ba cái rồi cắm nhang lên khe hở cửa tàu. Gió quá mạnh, tàn đỏ bay ngược vào trong. Một người nói, "Cầu khẩn thần linh phù hộ thì nên van vái trong lòng. Thắp nhang thế này gây hỏa hoạn." Bà ta nhặt mấy cây nhang cắm lên cái giỏ tre ngay chỗ ghế mình ngồi. Chừng như chút khói mong manh làm hồn bà ấm lại.


**

Người Con khỉ đột nhiên quay nhìn một trong hai sinh viên, ngỡ ngàng như từ chiều tới giờ mới có dịp nhìn nhau.

Khỉ đau đớn:

- Con, ôi con trai của tôi.

Khỉ đưa tay vuốt mái tóc mặt mày anh sinh viên. Anh vẫn ngồi yên, bàng hoàng chia xẻ.

Khỉ: Đúng rồi, con của tôi, này mái tóc, đôi mắt, làn môi.

Khỉ đưa tay ra sau ót anh sinh viên rờ rẫm như tìm xem một cái gì đã chôn giấu sau đó.

Sinh viên: Ông nhầm rồi.

Khỉ: Cha nhớ đằng sau ót con một vết đạn xẹt qua như một vết chém hụt lần chạy loạn. Cha sẽ kể cho con nghe câu chuyện về sau của thằng bé mang vết chém hụt. Đó là một người lính dũng cảm chiến đấu đến hơi thở cuối cùng. Cái vết chém hụt đi theo người anh dũng xuống luôn lòng đất.

Sinh viên: Tôi chia vinh dự cái chết này.

Khỉ: Anh đã quen với đạn lần nào chưa. Nếu có anh hãy nhớ lại cái cảm giác gặp gỡ thú vị đó. Cái chết anh dũng biến mỗi con người trở thành Người. Nó thuộc thế hệ các anh.

Chừng như nói đến chuyện con cái và chết chóc là một đề tài hấp dẫn nên hai người đàn bà tìm đến. Họ ngồi lặng lẽ.

Người con Khỉ bỗng quay sang hỏi người đàn bà thứ nhứt:

- Chị có con không?

- Con tôi đã chết trong trận Hòa Bình.

Người con Khỉ hỏi người đàn bà thứ hai:

- Nói nghe coi, con chị làm gì?

- Con tôi đã chết trên đường hành quân cách nay một tháng.

Người đàn ông – bây giờ xin miễn dùng từ Con Khỉ vì khuôn mặt đó đã thay đổi, một tràn lan thuần khiết – ngồi trầm ngâm, lắng nghe tiếng đêm bên ngoài.

Người đàn bà chợt hỏi:

- Con trai ông cũng chết rồi ạ, thật à?

Câu hỏi phát ra như cái cái khóa mở một hồ nước đọng âm u lâu ngày. Ông ta bật khóc. Tiếng khóc to dần, não nùng.

Trời rưng rưng sáng. Hai sinh viên bước xuống sân ga, ngỡ ngàng hỏi nhau:

"Rồi chúng mình có một quá khứ phải tự thú hay không?" Cả hai nhìn về hướng mặt trời sắp mọc. Câu trả lời còn ở đâu trong ấy.

*Dịch Thủy Quán, 1968.*

*Sàigòn.1998*

# CHUYỆN PHỐ PHƯỜNG

Trong biệt thự. Bé Tý tắm rửa con chó nhỏ rồi đem ra phơi ấm trước hiên nhà. Nắng soi dịu dàng. Bé cất cục xà phòng và cái thau rồi đi chậm chậm ra ngồi chung chỗ với con chó con. Chăm sóc các con chó nhỏ là việc làm của người giúp việc nhưng Bé thích tự mình vừa tắm vừa đùa vui với chúng. Bé vuốt ve từng con nhỏ. Những con chó đứng rũ hai tai, mắt nhắm, nước từng giọt sót chảy xuống chân. "Tội nghiệp mẹ nó điên rồi." Gặp ai Bé cũng nói vậy.

Lu, tên con chó mẹ của lũ chó con này đã hóa điên từ nhiều hôm trước. Hai hôm rày nó loanh quanh khu nghĩa địa, đào bới những ngôi mộ mới chôn cất. "Tội nghiệp mẹ chúng nó điên rồi." Bé lấy cái lược ngà chải lên từng mớ lông mịn màng. Con chó con bằng lòng sự chăm sóc, nó nằm yên. Chải xong Bé đứng lên đi vào nhà lấy bốn cái chén bỏ thức ăn mang ra đặt trên nền đất. Bốn con chó mùi mẫn đặt mỏ vào chén. Bé đứng yên lặng nhìn. "Này con Phi, mẹ mày ngày xưa ngoan lắm đó." Thằng Bé có những cảm nghĩ ngây thơ về con chó mẹ có tên Lu. Đối với nó Lu vẫn chưa phải là con chó ghê tởm cấu xé bậy bạ, tru réo về đêm như cái hồn ma ngoài nghĩa địa. Bé nghĩ có một ngày con Lu sẽ trở về. Bé lại nghĩ vẩn vơ nói với bà nội:

"Con người mà còn biết thương con cái huống hồ gì con chó, mà Lu hiền lắm nội ơi."

Bà nội đang nằm trên đi văng bật cười về ý nghĩ ngộ nghĩnh của Bé. Bà nói:

"Này bà dạy cho mà biết, đừng có đem con người ra mà so sánh với chó như vậy nghe."

Thằng Bé cười tít tít con mắt, ngồi xuống, lấy cây đũa trộn mớ thức ăn cho con chó con.


******


Nơi cái xóm ngoại ô, đa phần dân lao động bụi đời này, ai cũng sợ Lu. Sợ lâu đâm ra ghét. Nó là con chó-cái lai-tây, nói theo kiểu bình dân của dân nhậu ngoài quán Ba Điều. Lu cao lớn, hung tợn, được cưng nuôi trong một biệt thự sang trọng. Nơi cổng có treo tấm bảng: "Coi chừng chó dữ," phía dưới hàng chữ màu đen có vẽ hình đầu một con chó hai màu xanh đỏ. Ba Điều nói mỉa: "Vẽ cái đầu chó mà thiếu một màu trắng nữa là đủ màu lá quốc kỳ Pháp."

Bác sĩ Tuy, một người giàu có, đem con Lu từ Đà Lạt về ngày nó còn nhỏ. Ông đắc ý về con chó xinh đẹp. Dạo ấy bạn bè quý tộc đến thăm nhà, ông luôn giới thiệu: "Vài tháng nữa toa sẽ thấy con Lu của moa nó tuyệt vời lắm." Ông có đầy đủ sách vở, tài liệu về các loại chó quý. Các công thức về thức ăn, cách nuôi, cách trị bệnh, cách thuần dưỡng, chăm sóc chó.

Một người giúp việc được đặc biệt thủ vai chăm sóc Lu; tắm rửa, chải lông, cho ăn, trải đệm, dẫn đi đó đây. Quan trọng nhất là đừng bao giờ để Lu một mình ra đường. Mấy con chó nội địa mà phá đám vào thì mệt lắm. Tuy thường dạy bảo người chăm sóc như vậy. Ý muốn phân biệt nòi tình gieo giống, về sự giao hợp của chó, để giữ cho chúng được thuần chủng. Nhưng ai nghe qua giọng điệu ấy cũng nhận ra cái thói bọn nhà giàu luôn coi thường những con vật nội địa.

Mỗi buổi chiều Tuy kỹ lưỡng kiểm soát việc chăm sóc chó của người giúp việc, từ thức ăn đến món xà phòng, tấm chăn đắp, cái lược chải lông. Mỗi tuần, đặt con Lu lân lên bàn cân, cân xem nó tăng hay giảm trọng. Lu sụt cân là người giúp việc bị khiển trách. Đương nhiên bọn gia nhân của nhà này được nhiều sự đối đãi khá tử tế, lương bổng hậu hĩ. Tuy đã gửi thư đi Đà Lạt nhờ bạn hôm nào mang con chó đực, béc-giê chính cống, từ trển xuống đây cấy giống cho con Lu. Phải là một con chó đực chính gốc, khỏe mạnh, sạch sẽ.

Con Lu có chửa lần đầu trong ngôi biệt thự được biệt đãi hơn một người đàn bà quê mùa ốm nghén. "Này Lu, không được nhảy từ bực thềm quá cao xuống đất nghe chưa." Con Lu nằm bên bồn hoa trong vườn và tự nghĩ: "Sao thấy mệt trong mình." Và nó làm biếng đi lại dạo chơi. Buổi tối nó làm biếng ăn. Người giúp việc bị la rầy.

Buổi sáng người bảo vệ, lẫn việc công chăm sóc cây cảnh trong vườn, nhìn con Lu, thấy ghét, anh bất cẩn cần nhằn: "Đ.m, con chó nhà giàu." Không may cho anh, câu nói lọt vào tai Ma Rỉ, cô tớ gái. Hôm sau quả nhiên người giúp việc được ông bác sĩ mời ra khỏi nhà.

**

Lu thường hay tự nghĩ nó là một giống chó nhiều suy tư. Suy tư nhiều nên sau này nó phát điên. Hằng ngày Lu đi từ nhà trên, qua các phòng, lại thích nằm trong căn phòng có cây đàn piano. Kệ tôi, bác sĩ đã cho phép tôi muốn nằm đâu thì nằm. Tôi ưa nghe tiếng đàn bon bon nhỏ giọt. Tôi ưa nhìn khắp một lượt những đóa hoa, chiếc độc bình đắt tiền, bức tranh sơn dầu vẽ chân dung tôi. Tôi ưa nằm đó mỗi lần bác sĩ đi làm về vuốt ve tôi. Tôi nằm thì Bé Tý lại ngồi bên. Bé thương tôi lắm. Lu nằm mỏi trong phòng lại đứng dậy chậm rãi đi ra hàng hiên. Buổi chiều mát nó đi dạo trong sân vườn, đứng lại bên hồ nước nhìn bầy cá óng ánh nhiều màu bơi lượn. Bác sĩ bắt máy lạnh bên phòng lớn, con Lu được mang sang nằm với chủ buổi trưa.

Một lần Lu vồ nhằm một phu xích lô. Cắn ngay cần cổ. Anh ta suýt bỏ mạng. Bác sĩ gọi anh xích lô vào an ủi, cho tiền thuốc men. Anh chàng rón rén từng bước, sợ con Lu bồi một keo nữa.

Tức cảnh sinh tình. Dân cái xóm ngoại ô này thấy cảnh nhà giàu, chẳng sinh tình mà sinh thù ghét. Dân nhậu chỗ quán Ba Điều bắt đầu muốn ăn thịt con Lu.

- Đ.m. thằng Tư Méo dám đập con chó nhà giàu nói nghe coi.

Tư Méo, khuôn mặt của một người đã dzô vài xị, tay mở banh nút áo, ưỡn ngực, làm như thể sắp làm thịt con Lu:

- Thằng này ngon mà anh Tám.

Tám Sẹo chưa trả lời thì Ba Cầu Nổi nhào vô:

- Ậy, thằng này xin can. Con Lu ngà ngọc của thằng cha bác sĩ coi bộ đắt giá hơn cái mạng mộc của mày đó Tư Méo.

Câu chuyện chưa có gì đáng nổi bão, nhưng Tư Méo đang nóng người vì men cay, nên cáu tiết:

- Đ.m. thằng Cầu Nổi hạ danh giá con người. Đủ can đảm lặp lại tao nghe coi.

Hét xong, Tư Méo cầm ngay cái cổ chai. Ba Điều, một đàn anh, vội can:

- Coi bộ tụi bây vì một con chó mà đâm chém nhau chắc.

Vốn sợ đàn anh nên Tư Méo và Ba Cầu Nổi bỏ qua chuyện.

**

Bọn nhậu nói qua bàn về là việc của men rượu. Là cuộc sống thường ngày của lề đường bãi chợ. Trong ngôi biệt thự, Lu mỗi ngày một to lớn dềnh dàng. Có lần Bé Tý cỡi trên lưng con Lu đùa giỡn, như chú nài cỡi ngựa.

Vậy mà bỗng nhiên một hôm con Lu đổi khác. Nó biếng ăn. Nó chạy quanh nhà, chạy xà quanh xà quần như con vật mất trí khôn. Nước bọt chảy quanh mép, lưỡi le dài, thở hổn hển. Lu nhìn thằng Bé như muốn nhai thịt lẫn xương. Vợ Bác sĩ Tuy cầm ống nói gọi gấp chồng về.

Lu được giam trong một cái chuồng có khóa cẩn thận. Được chăm sóc theo quy chế thuốc thang đặc biệt. Ngày thứ ba, vì thương mấy con chó con mấy ngày không gần mẹ, thằng Bé ngây thơ mang tuần tự bầy con của Lu đến đặt ngay bên cạnh chuồng. Lu tru hét, nhảy cưỡng lên lồng lộn. Thằng Bé nói:

"Có thương con thì hãy ra đây Lu ơi."

Nói xong thằng Bé dại dột chờ Lu ra. Nhưng con chó mẹ bị giam trong chiếc chuồng sắt kiên cố. Đợi chặp lâu, rồi ngó quanh nhà xem có ai rình ngó không, thằng Bé chạy tìm chìa khóa. Chuồng vừa mở thì Lu phóng nhanh ra ngoài như chiếc lò xo nảy mạnh. Thằng Bé bật té, Lu cắn xé lũ con, rồi chạy thẳng ra cổng. Cổng hé mở khi chú làm vườn vừa bước ra ngoài nhân đó Lu thoát mất dạng.

**

Từ hôm đó, tại quán Ba Điều dân nhậu hằng chiều tụ tập bàn rượu là có lời ra tiếng vào về câu chuyện chó nhà giàu cũng điên. Thuốc thang đủ loại, bơ sữa đầy bụng, con chó cũng hóa điên. Thói đời, có ít xít nhiều. Nhưng cái xóm ồn ào này đã bắt đầu lo ngại mối nguy hại từ con chó to lớn như một con ngựa điên, sẽ vồ xé bất cứ ai.

Bác sĩ Tuy buồn bã. Từ Đà Lạt có điện tín của bè bạn ông, làm như cha chết không bằng, gởi đến Tuy với nội dung: "Nghe tin Lu mất trí, bỏ nhà đi hoang, thành thật chia buồn."

Dân bụi lại một phen nổi dóa khi nghe đến cách xã giao của bọn giàu có. Hình ảnh chiếc xe hơi mỗi chiều chạy chậm chậm, chỗ khung cửa kính có cái mõm con chó Lu chỉa ra. Nó khinh khỉnh như tỉnh trưởng ngồi trong xe. Xe dừng ở cổng, bước xuống xe toàn người sang trọng, tươi vui cùng con chó nhởn nhơ, trước khi bước vào cái lâu đài kín cổng cao tường. Cái cách thế vừa quen thuộc vừa gai mắt ấy, bình thường thì chẳng sao, nhưng hôm nay chính con Lu điên đốt lửa căm. Tại quán Ba Điều chiều hôm gió mát, một cha mồm nhai một miếng ổi xanh, sau khi nhấp một ngụm rượu đắng, xùng cơ chửi đổng:

- Đ.m ở đó chia buồn.

Tư Méo chỉa thêm:

- Đ.m. bữa hổm thằng em trai tao chết tội nghiệp, đau hơn kiếp chó của thằng chả.

Ba Cầu Nổi bàn thế sự bốn vùng chiến thuật:

- Đ.m. xe đò bị giựt mìn văng xuống hố banh nát cả chục thây người ai chia buồn. Đ.m một cái bến xe đêm mưa, một cái vỉa hè lạnh lẽo, bọn nhóc ốm o suy dinh dưỡng nằm chờ thần chết gom như gom ve chai, ai chia xẻ buồn vui.

Lại một câu vung tí mẹt can cường:

- Đ.m. đập con chó chết đem ném trước nhà cho thằng chả biết tay. Cái thằng mỗi lần tranh cử dân biểu cứ bô bô cái mồm, làm như thương dân mến nước tận trời xanh.

Tám Sẹo nói chậm rãi:

- Đ.m. thằng chả đăng cáo phó báo tin buồn trên nhật báo là cái chắc. Mấy thằng ở trong biệt thự chẳng ra cái điếu gì ráo.


**


Con Lu vẽ những dấu chân rách nát trong nghĩa địa. Nó tru sủa hằng đêm thật ghê rợn. Lắm khi nó như không là một con chó điên. Cái dáng buồn thảm, rất mệt mỏi nhưng không quậy phá, mà âm thầm rong đi dưới ánh trăng lờ mờ, rất là liêu trai. Nó luôn ngồi rất lâu trong đêm bên một ngôi mộ cũ. "Chắc con lai tây này thất tình." Có người đã mỉa mai.

Bác sĩ Tuy rất lo lắng. Ông nói với vợ:

- Người ta sẽ đập chết con Lu nhà mình.

Người vợ than vãn:

- Người hàng xóm cho hay ngày hôm qua con Lu cắn trọng thương hai người. Một bà già và một em bé.

Tuy giải thích:

- Anh đã đưa họ vào bệnh viện tư của mình. Sẽ được miễn phí tất cả.

Bác sĩ Tuy nằm trong số các thấy thuốc có thêm nghề chính trị. Trước đây có lần được mời ra tham chính. Nhưng chính trường buổi bấy giờ rối ren. Cứ dăm bảy tháng là thay đổi một chính phủ. Hết đảo chính là chỉnh lý. Sĩ quan cao cấp của quân đội đang nắm quyền hành.

Lúc này đang có một cuộc tranh cử Hạ viện, Bác sĩ Tuy có ra ứng cử. Nghĩ đến nhiều đảng phái trong thời tranh cử có thể dùng những đòn chơi nhau không tốt đẹp để giành phiếu, người vợ phân vân hỏi:

- Trong kỳ tranh cử sắp tới nếu có ai chơi ngặt chất vấn về vụ quản lý con chó điên, về việc một bác sĩ mà để chó nhà mình điên, thì anh sẽ trả lời như thế nào?

Tuy ra chiều suy nghĩ:

- Anh nghĩ là chẳng ai đi hỏi cái điều các cô đó. Thiếu gì những vấn đề cử tri có thể tra vấn như tình hình chính trị, vật giá leo thang, công ăn việc làm, tình trạng xì ke ma túy trong một xã hội đang suy đồi.

- Anh tin đi, dân chúng họ chỉ hỏi có mỗi một vấn đề về: con chó điên. Không gì khác hơn. Anh để coi.

- Em căn cứ vào đâu mà quyết đoán như vậy?

- Thì họ chán nhiều rồi. Có hứa hão thì hỏi bậy cho vui chứ có cái gì mà những ông ra tranh cử đã thực tình mang lại lợi ích cho dân chúng đâu.

**

Lu phá hại quá cỡ. Nhiều người đã là nạn nhân. Năm giờ chiều người ta đã đóng kín cửa nhà. Buổi trưa ít ai dám qua lại một mình chỗ đoạn đường vắng quanh nghĩa địa. Con Lu là một con chó điên sống dai dẳng.

Cảnh sát cũng truy lùng. Hôm trước Tư Méo và một cảnh binh đến nghĩa địa nhưng không tìm thấy Lu. Người cảnh binh bắn vào cái bóng mờ thị oai hết ba viên đạn. Hình như anh ta bắn để trả lời cái quan niệm của nhiều người cho là anh chỉ mang cây súng gỗ.

Thế rồi bi hài kịch xảy ra. Buổi tối trong quán nhậu Ba Điều, có đông anh hùng hảo hớn dao búa, Tư Méo nói lớn:

- Nói cho bà con hay, thằng chả nhà giàu ra ứng cử Hạ viện treo giải thưởng bốn ngàn đồng cho đứa nào giết được con chó điên. Nhân đôi số tiền cho đứa nào vừa giết được chó vừa mang xác chó về tận nhà thằng chả để có dịp chôn cất cục cưng đàng hoàng. Tám ngàn đồng là giá một lạng vàng buổi này đó nhá.

Ba Cầu Nối:

- Đ.m. sức mấy mà treo giải thưởng.

- Đ.m. đập chết đem ăn thịt có hơn không.

- Đ.m. ai đời ăn thịt chó điên.

Tám Sẹo hài hước:

- Đ.m. mấy thằng lúc ra tranh cử thằng nào cũng chơi trội, cũng muốn làm cho xôm tụ mà.

Hai hôm sau dân nhậu hợp lực với cảnh binh bao vây khu nghĩa địa. Riết một hồi con Lu bị đập chết. Xác Lu được mang về quán Ba Điều. Dân nhậu quyết định thịt nó với xị đế một chầu cho phỉ chí, kiểu ăn gan quân thù.

Dân nhậu không ai để ý đến số tiền thưởng của chủ con Lu. Cũng chẳng sợ việc ăn thịt một con chó điên là tối nguy hiểm. Có một sự hiềm khích bí mật khởi từ tiềm thức, một sự thù hằn giai cấp, giàu nghèo trớ trêu nào âm u tiềm tàng, thúc đẩy đám giang hồ. Họ cần ăn thịt con chó, thay vì ăn thịt thằng chủ. Thế thôi. Ba Điều là khôn ngoan, trình độ khá trong đám, nên góp ý:

- Tôi đề nghị anh em nên nghĩ lại…

- Nghĩ lại cái quái gì? Hôm trước nó cắn thằng cháu tôi điên. Bị chích thuốc chó dại dỏm, thằng cháu chết queo, thì hôm nay nó đền tội. Lẽ công bằng trời đất.

Một ai đó biện giải:

- Chích thuốc dỏm thì tìm cái thằng chích mà chặt đầu nó, chuyện chi bữa ni chăm chăm vào việc ăn thịt một con chó điên để mà rửa hận.

Ba Cầu Nổi nhìn Ba Điều nói gọn:

- Đ.m. cho anh Ba hay, nghèo thì nghèo chớ dân này đách thèm mấy ngàn bạc ấy đâu.

Ba Điều giảng giải:

- Các anh em ạ, mình nghĩa khí không cần tiền của bọn giàu có. Mình lao động đổi mồ hôi nước mắt kiếm miếng ăn, nhưng còn nhiều người nghèo và bệnh hoạn cần món tiền kia. Anh em mình có thể trả xác chó cho thằng chả. Lấy tiền giúp trại cùi hay trại điên có hơn không?

Dân ta chừng có cái máu ưa cãi cọ, chống đối, nhiều ý kiến. Thường là đối chọi nhau dù những chuyện không tới đâu. Bất luận giàu nghèo, có học hay ngu dốt, trẻ hay già. Chửi nhau có lễ phép hoặc chửi nhau tục tỉu đào ông bới cha. Chuyện không đáng chi cũng có thể sinh tử thù, phần đời lại, quyết chẳng nhìn mặt nhau.

Đám dân bụi bỗng chia hai phe rạch ròi. Phe Ba Điều quyết định mang xác chó tới, đương nhiên sẽ làm giá nâng con chó điên lên ba lạng vàng; bác sĩ Tuy cũng sẽ đồng ý. Với đám Ba Cầu Nổi, con Lu sẽ được đưa lên ngọn lửa đốt sạch lớp lông ngoài, thui vàng sơ qua, cho bớt cái mùi, rồi tiếp tục xẻ thịt.

Sự biến đã xảy ra. Đàn em Ba Điều bỏ xác chó vào bao mang tới ngả giá với bác sĩ Tuy để chờ nhận tiền thưởng. Đám kia mất tiêu xác con chó. Khi biết sự việc, đã nổi cơn lôi đình kéo tới hành hung vợ con Ba Điều. Đám đệ tử Ba Điều kéo sang đốt nhà, cái nơi đã chuẩn bị kỹ lưỡng mọi món gia vị cho món dồi chó. Một trận kịch chiến xảy ra. Rồi thì lửa khói thay vì trong lò luộc thịt con Lu, lại nổi trên nóc nhà, bờ tường thiêu rụi.

Trảng Lớn 1970<br>Sàigòn 1985

# MỘT THỜI QUANH QUẨN

*Để nhớ những tháng ngày
chủ nghĩa Hiện sinh lung lạc,
những vòng rào quanh quẩn,
mọi ngõ đời chán chường,
một thân phận quê hương phân ly, tan rã.*

Mùa mưa bắt đầu những ngày nhiều mây, bầu trời xám đục. Không gian chật hẹp bởi cái mông lung âm u. Buổi trưa, xóm vườn tịch mịch. Từ khu nghĩa địa tiếng gà trưa vọng lại bồn chồn, một loại kinh nguyện không lời. Một vang kêu lẻ loi, hốt hoảng.

Thu đã từ biệt từ ba hôm nay. Tuấn nằm bệnh viện, vết thương khá nặng nơi vai. Khi mặt trận hạ màn, những bi kịch bắt đầu. Nhượng có ý định sáng mai sẽ về Đà Lạt. Chiếc va ly nhỏ, hành trang ít ỏi, nằm một mình trên chiếc ghế trống. Nhà tôi trở nên vắng vẻ. Một cái lạnh bất ngờ. Tôi châm một điếu thuốc. Vẩn vơ như khói. Bọn thần lằn bò trên trần nhà. Nỗi chán chường an nghỉ trong từng đốt xương. Nhượng đi từ giã bạn bè trở về chỗ cổng vườn, băng qua khoảng đất rộng cây cỏ um tùm. Tiếng hát Hoàng Oanh trong và ngọt vang ra từ chiếc radio đâu đó.

Lá khô muối xác trong bùn. Nhượng đi lòng vòng. Vừa bước vừa nghĩ vẩn vơ. Mắt nhìn lung. Khoảng trời mờ đục che khuất bởi những đỉnh cây. Giá có một ngôi nhà để ở. Giá có một người vợ để chăm sóc lúc ốm đau như thế này. Hai mươi bảy tuổi. Nhượng tự nghĩ. Nhìn đời mình, một cây sầu đông trong mùa lạnh.

- Cậu thơ thẩn, làm như thi sĩ? Tôi đánh thức Nhượng bằng câu hỏi lơ đãng và những bước chân không tiếng động trên nền ướt.

- Trời sang mùa, buồn chết thôi. Cậu còn thuốc hút?

- Bác sĩ khuyên cậu nên kiêng thuốc lá kia mà.

- Kiêng cái nỗi gì.

Tôi đưa Nhượng một điếu. Bật cây diêm chìa ra. Gặp gió thổi mạnh, ngọn lửa cong run rẩy. Nhượng tiếp:

- Ở đây nhớ Đà Lạt, đến Đà Lạt lại nhớ Sàigòn.

- Không hẳn cậu nhớ một chốn này hay nơi kia. Nơi chốn chỉ là cái điểm biểu tượng cho nỗi nhớ thương không tên không tuổi của tuổi trẻ hôm nay.

**

Buổi chiều trời đổ cơn mưa lớn. Những chùm hạt rơi ào ạt trên mái tôn những tràng âm thanh ấm, nặng. Tôi co mình trong chăn nhìn Nhượng nơi bàn viết. Hai gò má Nhượng nhô cao, bàn tay những ngón khô xanh xao.

Nhượng mất sức nhanh chóng. Hôm từ bệnh viện ra tuy yếu ớt nhưng còn chút da thịt. Tôi trở mình hỏi, Bộ cậu chán đời? Nhượng trả lời mệt mỏi, Đời con khỉ khô này ở đó mà chán. Gió bay rào rạt phía sau nhà. Nước tạt sũng ướt cả nền đất chái hè. Lát sau mẹ tôi về, từ cửa hàng chợ. Nhượng nói, Sao bác không đợi hết mưa hãy về. Mẹ tôi cười trả lời, Ngoài đường phố biểu tình đập phá quá trời, biểu tình với giới nghiêm riết cũng hết nghề buôn bán. Mẹ tôi xuống bếp.

Nhượng nhìn tôi, nói:

- Thật ra mình thích ở lại đây, nằm trong căn gác này, có thể chết như một tình cờ, dễ dàng, thế thôi. Mong được chôn trong một nghĩa địa hoang vắng ít ai lui tới.

Nhượng yên lặng. Mùi chiều ẩm. Tôi nhớ Lĩnh. Nàng và khung cửa sổ, trên cao, buổi chiều đầu tiên. Những "đầu tiên" thường về sau là sâu thẳm trong trí nhớ. Mỗi chúng ta, mỗi nạn nhân của Nỗi Nhớ. Nàng nhìn lung xuống đại lộ. Tóc rối gió lùa. Khuôn mặt bị khung cửa viền như một khung tranh lơ lửng. Như thế, đầu tiên và đơn giản ấy đã khiến một cậu con trai dừng lại trên hè phố ngẩn ngơ. Bây giờ hình bóng đó trong tôi như một ảo giác, một thứ vết thương quá khứ. Nhượng nói nhỏ, Hết mưa đi dạo phố nghe mày. Tôi ừ.

**

Nước từ trong các hẻm chảy ra đường lớn những nhánh đục. Tôi nhớ Trà Khúc. Sông chảy từ Trường Sơn về ngoài thành Quảng Ngãi. Có một dòng mà chia hai bên mỗi bờ trong đục rõ ràng. Giữa sông cây cầu sập gãy, nằm trơ vơ hoen rỉ. Người lái đò nói, Bom của chiến tranh đó, mới đây đã mười mấy năm rồi. Người chèo đò buồn, tôi buồn, một dòng nước tháng ngày không mấy vui.

Có tiếng hát cô Liên, *Tím cả chiều hoang nay tím cả chiều hoang…* đến ngồi bên mộ nàng. Tôi hỏi, Bữa nay không hát vọng cổ nữa hà. Liên cười, nói, Hát tân nhạc nghe nó 'buồn mà vui" cậu ơi. Tôi nói, Ủi hộ cái áo này chốc nữa cậu đi phố. Nhớ mua cho em vài bản nhạc nghe cậu. Liên đi lấy cái bàn là. Vừa đi vừa hát tiếp… *đến ngồi bên mộ nàng.*

Tôi lại bàn ngồi, định lấy giấy viết thư. Năm ngoái nhận thư của Lĩnh tôi không trả lời. Lĩnh trách móc, Toàn ơi, em muốn nói, muốn gào thét, rằng em cần đọc thư của anh, viết cho em đi anh, anh chửi em em cũng đọc. *Chửi em em đọc thấy ngon.* Cũng như tôi đã nói với nàng, *Yêu em, em có thai với người khác anh vẫn cưới em.*

Vậy mà tôi với Lĩnh giờ rã tan rồi. Như cơm nguội trộn nước lạnh. Đêm hôm đó, hôm chúng tôi *chia nửa người* cho nhau, nàng khóc. Em không thể làm vợ anh nên cho anh *cái phần không có phần hai* của đời con gái này.

Về sau, Lĩnh làm vợ một đại úy Mỹ. Xã hội còn trong bóng tối, lạ lẫm với hôn nhân dị chủng. Ai cũng xầm xì con nhà gia thế mà đi làm cái việc me tây me Mỹ. Ba của Lĩnh không nhận Lĩnh là con. Lĩnh có nỗi buồn riêng.

Anh Toàn, em đã đi qua ngã đời da trắng mũi lõ. Với tình yêu anh cho, em như con rắn một lần trút vỏ.

Liên đã ủi xong áo, cậu thấy em ủi nhanh chưa. Tôi nói, ủi luôn cái quần nữa nghe. Vừa thôi chứ cậu. Nhiều khi nghĩ, con Liên sướng nhất trên đời. Đi giúp việc mỗi tháng có tiền, suốt ngày vô tâm đùa cợt. Lúc nấu ăn lau nhà, dọn dẹp, lúc nào cũng hát hò. Về sau nó vẫn có chồng, ủ mình trong một thứ hạnh phúc đơn thuần, trí óc giản đơn. Tôi gọi, Nhượng ơi thức dậy đi phố mày, trời đẹp. Nhượng trở mình, mệt mỏi nói ú ớ, Đừng có ồn ào để ta ngủ chút đã.

Tôi một mình ngồi quán ngã ba. Ly cà phê không đường. Uống từng ngụm thật đắng, ruột gan thức giấc.

Lúc trở về thấy Nhượng đứng nơi cửa. Tôi đi thẳng vào nhà. Sân, vườn, nhiều nước đọng, lá vàng đầy hiên.

Nhượng nói:

- Chiều buồn lạ. Nhơn vừa đến đây tìm cậu. Dạo này thằng sĩ quan ấy ốm o.

**

*Chúng tôi lại xuống phố. Cả ngày chẳng biết làm gì. Dạo phố lẩn quẩn. Cà phê thẫn thờ. Không nhìn ra mình, chẳng hiểu được ai. Sông vội sống cuồng điên mà tàn tạ như sống mòn. Mà vớt vát như sống sót. Yêu đương là lâm nạn. Một bọn cuồng si than thở, tình yêu như trái phá, như mũi nhọn, như a-xít lan dần trên da thịt. Con tinh yêu thương, con quỷ tính dục. Bọn tuổi trẻ triết nhân dỏm, đi giữa một cõi người nồng cháy bon chen. Cực là ồn ào tiếng thét của hòn đạn trái bom. Trong lửa nguồn, mà một lũ tuổi trẻ chúng tôi luôn thấy lạnh lùng, cô đơn, luôn ảm đạm trong ngột ngạt.*

*Một cuộc nội chiến có ma dẫn lối quỷ đưa đường, bên này giới tuyến, bên kia đất thù, mỗi bên anh em đều có mỗi có mỗi lý tưởng sáng choang đèn nghìn watts. Mà tuổi trẻ chúng tôi thấy mình luôn lạc đường, thiếu quê hương. Càng có học, lạc lõng càng dài xa, mất phương hướng. Một bọn kia láu cá, tư lợi. Một bọn khác tiêu xài ngày tháng đời mình trong tư thế tam hầu. Con khỉ này dùng hai tay bịt hai con mắt, con kia bịt hai lỗ tai, con nọ bịt mồm. Không nghe. không biết, không thấy.*

Ra phố, phố buồn thật. Một bọn thả bộ dọc theo đường Duy Tân. trường Luật đóng kín. Nơi cổng câu khẩu hiệu hàng chữ đỏ trên nền vải vàng làm tôi chợt nhớ những ngày tranh đấu 1963, xuống đường, hô hào, lựu đạn, giày dép bỏ chạy. Qua đài Chiến sĩ, tượng đồng trên đỉnh đã bị giật sập, chỉ còn trơ cây trụ xi măng cốt sắt, màu xám rêu. Lại nhớ Huế, Thành nội những rêu phong, trên bờ hồ trên đền đài. Bùi ngùi thương xót một xa xăm, hình dung tổ tiên, lịch sử nằm yên trong đó, cái Nghìn Năm.


*****

Một suối người như tận hiến cho cuộc rong chơi, đầy trên đại lộ Bonard. Dạo mỏi chân vào quán ngồi. Kim Sơn, Thanh Bạch, Kim Hoa, Thanh Thế, Rex, Givral... cà phê, thuốc lá, bia, rượu, tình, bạn, thời sự, Mỹ, Đại

Hàn, Việt Cộng, Phật giáo, Quốc gia, nằm vùng, biểu tình, đấu tranh, buồn nôn, phi lý, trốn lính, tử trận, tự tử…Vỉa hè bày bán đủ thứ đồ hàng. Lộn xộn như chiến tranh. Mua cho em cái này đi thầy, bao thư tốt lắm, mua hộ đi thầy, thuốc này loại hảo hạng giặt mau trắng, cả đồ ni lông, thuốc sán lải đây anh, có trẻ em nên mua về nhà dùng. Những vụn vặt, tục thô chen chúc những cửa hàng kính bày bán huy chương vải gấm sáng loáng bên trong, những cửa hàng sách triệu chữ thu gom tư tưởng nhân loại. Nơi đây có cả.

Tôi dừng lại chờ Nhượng, không quên chú ý đến anh chàng làm hề quảng cáo cho một hãng thuốc nhuộm. Tôi hỏi Nhượng, Con nhỏ nào vừa trò chuyện với mày vậy? Nhượng nói, Bích học luật, nó biết mày mà, bảo rằng mày hô hào trong các đám biểu tình đấu tranh như con khỉ trong đoàn xiếc. Tôi trả lời Nhượng, Có thể Bích nói đúng, lịch sử là một sân khấu, có bi hài kịch, có trò múa rối.

Chiều chủ nhật nhà sách Khai Trí đông đúc lạ thường. Mấy cô hàng sách Khai Trí xinh đẹp, lễ độ, áo dài xanh, đeo huy hiệu để tên. Ông Khai Trí có khuôn mặt chữ điền, nước da sậm màu, một màu da của con người có phần chí thiện, lam lũ với công việc mình đã chọn.

Những khuôn mặt khách trẻ đăm đăm vào giá sách. Đây là những năm tháng thịnh hành của các triết thuyết nhão nhẹt từ phương Tây tràn đến. Nhưng nó hãy còn là một quyến rũ, thời thượng nơi này. Không những Đọc mà *Sống* cùng mớ chữ nghĩa rối rắm của S. Freud, M. Heidegger, F. Niestzche, A. Camus, J.P. Sartre…

Những sách đầu giường là hiện sinh, phân tâm học. Những sống thực là băn khoăn, nghi ngờ, sống tạm, sống vội. Những cần thiết là buồn nôn, phi lý, phân thân. Nhiệt liệt gồng gánh những nỗi đau thân phận da vàng, nỗi buồn nhược tiểu, những ám ảnh nội chiến. Tự ru mình bởi những tình sầu, tình muộn, tình lỡ, tình xa, tình cho không biếu không, tình anh lính chiến. Chết vì chiến tranh, có khi chết vì chính mình giết mình.

**

Dạo Bonard đến gặp đường Catinat là trở lui, trở lại hướng chợ Bến Thành. Cứ đầu đường cuối đường, lại cuối đường đầu đường. Đi tới đi lui. Lẩn quẩn hết ngày hết tuần, có khi hết đời. Hôm nay chúng tôi đi băng luôn qua phía sau tòa nhà Hạ nghị viện. Bên trái là nhà triển lãm hội họa Dolce Vita. Bọn Họa sĩ trẻ đang bày tranh. Tới nữa là khu cư xá cao cấp của quân viễn chinh Mỹ. Kẽm gai, lô cốt ngầm, lề đường một hàng những thùng phuy to lớn sơn trắng, được chắn ngang làm chướng ngại vật. Không thể không nghĩ đến những vụ nổ TNT, những người quần quại, máu và tiếng khóc than não lòng.

Đứng trên bậc thềm toà Hạ nghị viện, là nhà hát cũ thời thuộc Pháp, nhìn xuống đường Bonard bát ngát, ta có cảm tưởng nước non này là một xứ thanh bình. Bọn người quý phái đang phô diễn vóc dáng qua từng bước đi, những áo màu, trang sức, vật dụng nào cũng hàng cao cấp, đắt tiền. Ai nào nghĩ hình chữ S ốm yếu này, đang từng gánh nặng vai, một cuộc chiến huynh đệ mấy mươi năm. Ai nghĩ rằng thành phố này đang là nơi an hưởng một cách vô liêm bởi những con người chui rúc cúi lòn. Hỡi bọn Tam hầu, hãy ra đây nhìn mặt chiến trường, nhìn những cánh đồng quê hương ta đùi mù vì khói súng, thiên tai.

Hoàng hôn xuống chậm. Đèn đường bật sáng lúc trời chưa tối. Ánh sáng trắng như khăn tang. Một đêm kinh kỳ đã đến.

**

Nhượng ngồi bàn ăn. Mẹ tôi nói hay là cháu ở luôn dưới này với bác, lên Đà Lạt xa xôi lạnh lẽo. Thưa bác, cháu lên đó tránh bớt ồn ào. Nhượng trả lời, ngỡ ngàng, cúi xuống và miếng cơm khô khan. Với gia đình tôi, Nhượng không bà con thân thích. Mẹ tôi thương tình Nhượng là người tứ cố vô thân, từ Bắc vào đây một mình, lạc cha mẹ ở bến tàu Hải Phòng. Gần đây anh bị thương vì tai nạn, tuy nhẹ nhưng luôn thất nghiệp. Mẹ tôi xem Nhượng như người trong nhà. Nhưng mẹ nghèo, chỉ tình thương người và sự giúp đỡ hết lòng. Nhượng muốn ra đi, dù sao cũng đành, để cho mẹ bớt gánh nặng.

Tôi thức giấc mặt trời đã lên cao. Ánh nắng chói chang soi xuống nền đất ẩm ướt, những đọt cây sau đêm mưa có vẻ tươi, lá vươn ra xanh ngắt, buồn hơn chết. Nhượng châm thuốc hút. Cô Liên nói bà đi chợ rồi, bà cho hai cậu ba chục bạc ăn sáng. Liên nhìn tôi cười, nói thật thà, Em có tiền khi nào cần cậu nói em đưa. Đường hẻm vắng. Những xích lô đã ra đường kiếm khách, thợ thầy ai nấy đi làm, những chửi đổng văng tục không còn huyên náo. Những đứa trẻ, trò chơi nghèo ném đá thay bi ăn nhau từng năm cắc bạc. Tôi hỏi Lên, Em có tiền cho cậu mượn một trăm. Liên xoay người vào phía trong moi nơi nịt vú sột soạt lấy tiền. Cười, nói, Cậu nợ của em bao nhiêu rồi biết không? Tôi nói, Cậu nhớ mà, ngày chồng cưới em cậu trả lại hết. Thôi mà cậu, hẹn nợ làm chi.

Nhượng ngồi như chờ chết.

Có thể cái xác buồn nôn đang hình dung Đà Lạt những buổi sương mù, phố xá ủ mình trong cái lạnh dịu dàng. Lạnh trong nắng trưa vàng. Những buổi mai buồn có thể là con đường dẫn về quá khứ. Nhớ và nhớ. Rừng cao nguyên, tiếng suối tiếng chim. Ước gì có thuở thanh bình. Những hoài mơ mong manh thường nhóm lửa trong những tâm hồn vây hãm bởi ám ảnh chiến tranh tràn lan. Nhượng, anh Nhượng ơi. Bao giờ về Hà Nội. Có thể bằng lòng chết, khi được nằm trong lòng thành phố ngàn năm ấy. Bây giờ những người thân yêu của chúng ta ngoài ấy có được nụ cười? Thượng đế của chúng ta ngoài đó có được tự do tiếp nhận những linh hồn gục chết, nát nẫm bởi số phận điêu linh. Hãy hôn em, hãy đến với em, dù giáp mặt hôm nay, đường phố hôm này ngày mai, đã là phai nhạt tình yêu chúng ta. Vì sao, anh bỏ đi không một lời từ biệt, ngày xưa ấy. Tình yêu, thảm cỏ nước mắt. Bao giờ có gió mùa đưa chúng ta trở về Hà Nội? Mùa thu ngoài ấy có còn nắng lạnh và mây tơ vàng, như ngưng, chờ hóa kiếp trong bầu trời kêu vang thần thoại. Anh Nhượng, không nên thù oán em. Đến cuối con đường này, vực thẳm. Bàn tay anh có chìa ra cho em được bám? Em, người tội lỗi, người vô tri, băng giá linh hồn… Tôi đi về phía Nhượng. Tôi nói vu vơ gì đó.

**

Buổi trưa Nhượng trở về mang theo cái vé xe. Tôi buồn. Đường đi Đà Lạt hôm qua bị chặn lối Định Quán. Mìn. Có thương vong. Nắng buổi trưa chói chang. Mẹ tôi làm cơm trong bếp, mồ hôi thấm ướt vạt áo lưng. Có tiếng kêu than bên cạnh nhà. Rồi có tiếng oà khóc. Chị Tư hàng xóm kêu thất thanh trời ơi con tôi trời ơi con tôi. Thằng con tôi chết oan rồi. Thằng bé chín tuổi, mới ban sáng chơi vui, rồi kêu đau bụng, đau quá mẹ ôi, nhiều tiếng đồng hồ sau lăn quay ra chết. Ruột thừa vỡ. Con đau, chị Tư dùng dằng, rất muốn đưa con đi bệnh viện lại túi không tiền, lại đang lúc đi làm thuê khó thể bỏ việc. Lát sau có tiếng lột cộp đóng chiếc áo quan. Tôi nằm bần thần, nhìn trần nhà. Những mây đen mây xám như vần vũ nơi đó.

Khi xế chiều hai người đàn ông khiêng chiếc quách thằng Bá ngang qua trước nhà, mấy ngọn nến nhấp nháy. Bọn nhỏ áo quần xốc xếch chạy theo sau, có đứa cười, có đứa than thở, thằng Bá vậy là đi chơi chỗ khác rồi. Nhà bên kia đường, lúc quan tài đi ngang qua, tiếng hát cải lương om sòm, đứa con gái ngồi nơi ghế hàng hiên đu đưa hai chân hát nhại theo.

Nhượng chìa tờ báo cho tôi và nói, Bữa nay ngoài Trung lại ồn ào, biểu tình, bãi chợ, Hà Nội chịu ngồi vào bàn thương thuyết, đường đi Vũng Tàu ăn mìn. Tôi cầm tờ báo, lòng dửng dưng. Chỉ đọc các mục rao vặt, tin xe cán chó, cần người giúp việc, bọn du côn tống tiền chủ quán, người từ quê chạy loạn vào thành phố túng đói bỏ con nhỏ chỗ ngã ba đường, kèm lá thư nhờ kẻ từ tâm nuôi dưỡng, một vụ giết nhau vì tình trong khách sạn, tin mừng đám cưới trăm năm hạnh phúc đăng ngay bên tin buồn chuẩn úy Nguyễn văn Năm đã đền xong nợ nước… Đám thanh niên hàng xóm tự nguyện đi chôn em Bá đã về, cùng ra quán lai rai rượu đế, cười vui, văng tục.

**

Buổi sáng chúng tôi thức dậy sớm. Sàigòn ngày mới. Hành trang của Nhượng là sự thiếu thốn và nỗi cô đơn.

Cháu đã quyết định đi thì bác không còn cách nào giữ lại được. Mẹ tôi nói. Bác khuyên cháu không nên thức quá khuya, bỏ thuốc lá đi. Rán mà điều độ để phục hồi sức khỏe. Có thân phải lo cháu ạ. Cháu cần tiền hay bất cứ gì thì gửi thư hay đánh điện về đây cho bác.

Nhượng dạ.

Tôi xách hộ va li và ngồi cùng xích lô với Nhượng đến bến xe. Cậu nhớ viết thư về cho mình. Chúng ta đã bỏ hoang cuộc đời quá nửa đi rồi. Tôi lại nói vu vơ.

Nhượng ngồi hàng ghế thứ ba. Xe lăn bánh trở đầu về hướng Viện Hóa Đạo, chạy thẳng đường Trần quốc Toản. Tôi vẫy tay rồi quay trở về.

Tôi không biết đi đâu.

*1969.*

# CÓ NHỮNG NGÀY NHƯ THẾ

*Yêu Quê hương mà chán kiếp Người*

**[CTB]**

Thiện đi xe dân sự. Tôi tiễn bạn ra bến xe. Một sớm mai nắng. Mây cao vẫn hiền hòa như mọi ngày. Mong bạn có thể tới Đà Lạt, nơi muốn đến để tìm một lãng quên đời. Bạn cũng chẳng thể tới nơi mong đợi, nếu Mặt trận đã chôn những trái mìn giết người dưới mặt đường. Đâu ở Dầu Giây. Có thể đoạn đường Định Quán. Có thể lúc xe bị phục kích, hay trái mìn bung nổ, khi bạn đang trò chuyện với một người khách mới quen, ngồi ghế bên cạnh, có thể hứa một mai chúng ta lại gặp nhau, một mai...

Thời sự đã bày rõ, có bao nghìn cái chết không chỉ xảy ra từ ngay chiến trận giữa hai bên thù địch súng cầm tay, mà cả những nơi bình lặng, êm đềm. Trong giấc ngủ. Chỗ hò hẹn yêu thương. Trên đường tới một buổi tiệc cuối năm. Tai ương đến từ những quả bích kích pháo từ vùng du kích ngoại ô rót vào thành phố. Những quả 105 ly từ trong căn cứ quân sự Cộng Hòa bắn trả vào những vùng thôn quê, có thể có mẹ già trẻ thơ đang yên ngủ. Những trái mìn đặt trong đêm khuya ẩn náu dưới lòng đường chờ bung nổ vào buổi sớm mai lúc chuyến xe đò chở thường dân lăn bánh qua. Những khối chất nổ TNT đặt ngay nơi các hộp đêm, nhà hàng đông đúc trung tâm thủ đô Sàigòn. Những chùm bom Mỹ vô tận rơi từ cánh máy bay đông như chuồn chuồn, một bầu trời bình yên, xuống những làng mạc quê nhà, cả bên kia vĩ tuyến. Hằng ngày hằng giờ. Thời tiết nắng thời tiết mưa. Trên biển, trong sông, giữa thị thành, làng quê, cánh đồng, lưng đèo, mặt suối, đồi gò mồ mả, chẳng nơi nào thiếu cái chết vô tình mọc ra. Cuộc nội chiến đã tới đỉnh. Rối ren khổ lụy là vô biên cương. Người phá người dưới cùng một mái nhà, chung một bàn ăn.Người ăn cả linh hồn người.

**

Trên đường về. Đi bộ hoài cũng mỏi. Tôi leo xe buýt về chợ Bến Thành, Sàigòn. Vẫn cái tổ ong quen thuộc. Vẫn tiếng hát, *"Tôi ru em ngậm ngùi"*. Văn chương nghệ thuật trong từng trang phi lý buồn nôn, lẫn tỏa ngập con đường những hình dáng hippy, phản chiến, trào lưu mới, tự do, nô lệ, về thành, vô bưng. Những trập trùng nắng đỏ mưa vàng, trắng ngoại lai.

Đã mất thoát cái nhẹ thơ, *"Nắng Sàigòn anh đi mà chợt mát, bởi vì em mặt áo lụa Hà Đông"*. Xe chạy chậm qua các con đường đông nghẹt xe cộ. Xe cảnh sát mở đường hụ còi inh ỏi, chặn xe dành đường cho một đoàn xe quan chức nước ngoài tháp tùng một vị nguyên thủ quốc gia đến thăm Việt Nam. Một đoạn đường khác ồn ào chen nghẹn từng tất vuông đường. Đám đông người biểu tình. Những băng-rôn, cờ xí, kẽm gai giăng hàng. Khói hơi cay mù mịt. Một chế độ có đầy đủ tự do dân chủ nhân quyền hôm nay luôn là một lò lửa. Chứa trong lòng những bất ổn, kêu đòi, nổi loạn của các thế lực đối kháng. Miền Nam, một cơ thể luôn nhức mỏi thấp khớp, bệnh lở lói ngoài da lẫn trầm trọng ung vỡ nội thương.

Chúng tôi đang thời mất máu.

Tôi xuống xe lội bộ qua đám đông. Không gian đậm mùi khói ngạt hơi cay chống biểu tình của lực lượng cảnh sát dã chiến. Dòng người sinh hoạt phố thị, đi lại hai bên lề đường phố luôn đông đúc, nay cộng thêm trong lòng đường những toán người biểu tình, đủ các thành phần quần chúng, phần lớn là sinh viên bỗng biến ra một biển người tràn ngập trên các đại lộ.

Cảnh sát dã chiến, một lực lượng đặc biệt chuyên việc ngăn chống biểu tình trang phục rằn ri như lính Thủy Quân Lục Chiến. Anh nào anh nấy cao to, vặm vỡ, dàn hàng ngang đối diện đám đông. Vũ khí ứng phó là ma trắc, lựu đạn cay, khiêng mây cầm tay chống đỡ, mặt nạ chống độc. Một ít có súng trường cá nhân, nhưng không được lên đạn vào nòng súng. Một cách thị uy, giới hạn tối đa những gây chết chóc. Các ngã tư ngã ba nhiều vòng kẽm gai rào chắn. Không khí cực kỳ hỗn loạn. Một trận chiến giữa nguyện vọng tự do, lẫn phá hoại, của dân chúng đối đầu với áp đặt pháp luật từ chính quyền để duy trì trật tự.

Chúng ta có thể hiểu, những cuộc biểu tình như thế này, trong một thời nội chiến đang sôi trăm độ, lực lượng nằm vùng cho Mặt trận giữa đô thành Sài gòn vẫn luôn có mặt. Và, những thế lực vụ lợi cho quyền lợi riêng của nhiều nhóm/phái từ các chính trị gia, các sinh viên, trí thức, họ nhân danh đối lập, khuynh hữu lẫn khuynh tả, luôn là những thế lực ngầm, luôn có mặt trong đám biểu tình để "nói lên Tiếng nói" của mình. "Tiếng Nói" này đôi khi nằm ngoài tiêu chuẩn của đạo lý và lòng yêu nước. Là chính nó, luôn muốn biến hậu phương Miền Nam trở thành một vùng bất ổn chính trị, mong chế độ Cộng Hòa mau chóng sụp đổ. Những lợi ích trong việc bôi đen thời thế của các nhóm âm mưu, luôn hiện hữu trong nội tình Miền Nam.

**

Tôi cùng Thức chạy ngược chiều dòng người đi tới, cố thoát đám đông. Đám biểu tình lẫn lộn trong biển người phố thị trong sinh hoạt thường nhật, phủ kín từ cửa Nam chợ Bến Thành, ngập công viên Quách Thị Trang, trải đến tòa nhà Quốc Hội. Quách Thị Trang là một nữ sinh bị bắn chết ngay trong đám biểu tình 1963, do Phật giáo điều động. Những khuôn mặt dẫn đầu cuộc biểu tình hôm nay không ai xa lạ gì. Những thủ lĩnh sinh viên khuynh tả, các trí thức nhân danh lực lượng thứ ba, thành phần khoác chiếc "mặt nạ trung lập", những nhà sư áo vàng. Tôi đã thấy các nhà sư này trên đường phố Huế vào thời Phật tử xuống đường chống chính quyền Tổng thống Ngô Đình Diệm. Có những sư sãi đã rất vui lòng chuyển bí mật một số khối chất nổ, cùng súng AK 47 của quân Giải phóng vào chùa. Một số nhà sư có nhiều ảnh hưởng với tín đồ không phải từ tiếng kinh tụng thanh khiết trong chùa chiền, mà từ những bài thuyết giảng chống chính phủ nơi sân chùa, nhà giảng, những công viên đông người. Họ đã mang gió "Mặt trận", heo may từ trong rừng núi trở thành bão tố ngay giữa lòng thủ đô Miền Nam Cộng Hòa.

Nhà hàng Thanh Bạch, Kim Sơn kéo kín cửa. Chúng tôi vào Thanh Thế. Quãng phố này không có đám đông biểu tình. Có một thói quen trong sinh hoạt Sài gòn, Thanh Thế là nhà hàng dành cho các ca sĩ, các diễn viên kịch nghệ phim ảnh, cũng như Givral dành cho giới báo chí nước ngoài, La Pagode là chỗ riêng của các nhà văn thơ, nói chung là nơi gặp gặp gỡ các vì "tinh tú trong cái rốn vũ trụ". Mỗi chiều chiều sớm mai, muốn gặp bạn tương tri, cùng nghề nghiệp, hãy cứ tự động đi theo bảng chỉ đường vô hình ấy mà tới, gặp ngay.

Chúng tôi vào quán nước. Vừa thở vừa lau mồ hôi mặt. Mắt lòi đom đóm. Tìm mấy cái khăn nhúng nước pha chanh để lau mặt, giảm ngạt.

Ngồi cà phê nhìn phố phường cũng chán. Chừng nỗi chán chường đã là hơi thở thường trực. Yêu quê hương mà chán kiếp người. Bọn tôi thả bộ về phía trường văn. Sân trường ồn ào như vỡ chợ. Bọn sinh viên tụ tập trong cái nóng thời sự, thế tình. Những luận bàn về văn chương triết học thân mật như thường lệ đã nhường chỗ cho những tranh luận ý thức hệ chính trị, về cuộc chiến theo mỗi cái nhìn. Đâu là chính nghĩa, cho những máu đổ ra, cho những đời mai một, cho chính danh những tàn tật.

Tuần vừa qua một thủ lĩnh sinh viên thân chính quyền đã bị bắn trọng thương ngay trong khuôn viên trường Văn Khoa. Một sinh viên Y Khoa thân cộng đã bị thủ tiêu bằng cách bị ném từ tầng lầu ba xuống đất, trong khuôn viên trường Y khoa. Những sinh viên khuynh tả hoặc hữu này phần lớn là những trai trẻ thông minh, học hành rất giỏi, có thiên hướng chính trị. Những suy tư âm thầm, những nỗi đau riêng chịu, về cuộc chiến, về thân phận đất nước, đã một đêm bị đẩy ra chỗ hành động, và dưới bóng mặt trời họ phải đương đầu với cái hiện thực thù nghịch, cần thiết phải một mất một còn.

Cuộc thắng thua phải chờ nơi các trận địa giải quyết, súng đạn có thẩm quyền trực tiếp, nhưng tại hậu phương từ diễn đàn quốc hội đến bục giảng tôn giáo cùng nhiều giảng đường các đại học, đã đầy rẫy những thù nghịch. Thời sự chính trị, hiện tình như một canh bài, lắm khi là nơi thường trú của lừa lọc, gian lận, ngụy trá dưới nhiều chiêu bài.

II

Trong nắng trưa và trong bóng mát của những hàng cây me tôi đi về ngã thư viện Quốc gia. Thật ra là đi loanh quanh. Như nắng và gió, mãi loanh quanh. Đường Gia Long vắng vẻ. Phía trước, một phụ nữ đi cùng một người Mỹ cao lớn, trò chuyện coi bề thân mật. Trong trí nhớ, tôi thấy cô ta hao hao một người quen từng gặp. Mái tóc, dáng đi, đôi vai, tôi thể nào quên, dù nhìn từ phía sau.

Một cái quay nhìn vô tình, chừng nhận ra tôi, nàng đi chậm như mong đợi một gặp gỡ. Người bạn Mỹ lịch sự đi về phía trước, xa nàng một quãng. Tôi gọi nhỏ, Quyên. Tưởng cuộc gặp gỡ sẽ thân mật hơn, sau vài câu chào hỏi, nàng bỗng nói ráo hoảnh: "Em bận đi đây một chút, xin anh tha lỗi". Nàng đưa cho tôi một tấm thiếp có địa chỉ một khách sạn, nói vội, "Em muốn gặp anh tối nay, đây, số phôn cùng địa chỉ khách sạn em hiện đang ở. Em tha thiết gặp anh, mong anh sẽ tới. Có thể, là lúc chúng ta vĩnh biệt nhau" Nàng cười giao tế, rồi đi nhanh về phía người Mỹ. Họ nắm tay nhau, thân mật đi tiếp.

Thành phố, những con đường, như những nhánh sông, dòng người trôi buồn hơn con nước.

Tôi đi về một mình.

Quyên của tôi, hôm nay đã mất hẳn cái ngây thơ, bẽn lẽn rất Việt Nam. Nàng đã thuộc về nơi giam giữ của cách đối xử cạn tình, giọng nói ráo hoảnh, đóng kịch trong giao tiếp. Phải chăng thời thế, cuộc chiến và ngoại bang có mặt, đau thương có thật, hận thù có thật, một xã hội rã tan, luôn mỗi chạm mặt là một bất đắc dĩ, những ly tán, tan vỡ là không thể chối từ, khí hậu ấy bào mòn, làm dị dạng em tôi.

Đối diện một tra vấn lương tri, tôi chẳng thể nào tìm ra một câu an ủi, một giải bày cho an lòng. Nó, từ một Định mệnh Việt Nam hôm nay.

Trong chiếc phòng nhỏ tôi thu mình dưới ánh đèn không đủ sáng là rất nhiều sách vở, con đường văn chương triết học rộng mở, nhưng con hẻm trước nhà chật hẹp. Trăm con thiêu thân quay quanh ngọn đèn đường tạm bợ. Chúng tìm cái chết trong gấp gáp và thèm muốn. Xóm lao động mỗi tối đến lại ồn ào. Nhưng co cụm riêng tư, hiu hắt. Nghĩ không nên gặp Quyên trong đêm nay nhưng sao tôi vẫn khoác áo và bước ra đường. Thành phố một cõi quen thuộc mà như rất xa xăm. Tôi đắm chìm trong hoài nghi bao la.

Gọi một chiếc tắc xi, tôi thu mình vào băng sau, quay cửa kính lên, nói với tài xế chạy đến khách sạn X.

Quyên đã có mặt chỗ phòng khách, chừng như đang chờ tôi theo lời hẹn. Anh, nhớ anh mà chết đi được, Quên nói như một lời rên rỉ. Tôi ôm chầm lấy Quyên. Một thoáng, tôi nhận ra cơ thể một người đàn bà đã dày " trận mạc".

Một bất ngờ tiếp theo, khi Quên nói:

- Đây là nơi em và Smith đang trú ngụ. Chúng ta nên đến một đâu đó. Một khách sạn khác, hay là nơi chẳng cần một chiếu giường nào.

Quyên của tôi hôm nay mệt mỏi.

Chúng tôi đến vũ trường. Tâm sự và uống rượu nhiều hơn bước ra sàn nhảy. Mới mười một giờ đêm cả hai đã say khướt. Người bồng bềnh, chân lạc bước. Chỉ ôm nhau dìu dặt những điệu nhạc chậm buồn slow với boston, khi tôi với với Quyên bình thường chỉ say đắm những swing, tango, valse rộn ràng.

Đêm ấy Quyên không trở về phòng cùng Smith.

Nhưng phải đến đâu khi chúng tôi cần một chỗ nằm. Khi cô bồi phòng mang đến hai cốc cà phê nóng, Quyên, anh vẫn không dùng đường. Nàng vẫn nhớ thói quen của tôi. Tôi nói, Cảm ơn em đã nhớ những tháng ngày. Cà phê làm ấm. Không gian phần nào yên ổn, không xiêu vẹo trong trí não đầy rượi của tôi.

Quyên nằm. Tôi nằm.

Nàng nói:

- Ôm nhau ngủ. Không nên làm tình với nhau.

- Em chán chường?

- Không phải. Em hỏng bét rồi.

Tôi nghiêng người, ôm chặt nàng. Nghe mùi nước hoa, không nghe mùi người. Thuở kia, khi nàng dùng nước hoa, tôi vẫn nghe mùi da thị nàng. Rõ hơn mùi nước hoa. Hấp dẫn hơn. Nó dẫn đìa-rét tôi vào chỗ nhục dục. Làm tình. Lên cơn rồi.

- Em tiêu ma rồi.

Nàng bỗng dưng rên rỉ.

Tôi bỗng thèm một ngọn đồi, rừng cây thưa bãi cỏ. Cỏ xanh nối liền cánh đồng xanh. Da thịt trong cỏ. Mắt để trong buổi chiều gió mát, trời mây. Cõi lòng những mông lung chia sẻ mộng mị. Muốn ôm một người tình, có thể không là Quyên. "Em tiêu ma rồi!" Thì anh, "Anh đã tiêu ma từ lâu!" Cả hai đã được cuộc đời xài hết phần tinh túy tinh anh, phần thanh khiết nhất. Cuộc đời là một tên sát thủ. Nó nuốt chửng thận phận ngay chính nó. Chúng ta đang xuống màu, biến thể.

Con én đã chán mùa xuân! Quân chết tiệt.

Phần hồn bay mất. Chỉ những da thịt tự nhiên bản năng với rừng rú của nó.

"Mặt trận Miền Tây vẫn yên tĩnh". Hai đứa không làm gì xác thịt nhau cả. Hai đứa đang gậm nhấm linh hồn của nhau.

Bấy giờ Thiện đã tới Đà Lạt, nếu bọn mìn dưới lòng đường ngủ quên. Tôi nhìn Quyên ngủ. Trong giấc ngủ, có thể nàng trở về với những ngày chúng ta yêu nhau. Nồng nàn. Son trẻ. Tinh khiết. Đêm nay, trong giấc ngủ, nàng hạnh phúc lắm. Được sống với mới một thời những thiên thần là chúng ta.

Tôi nhìn em ngủ. Tôi nghĩ ra một dáng nằm vĩnh cửu. Mong nàng được ngủ yên trong một thế giới khác. Nàng sẽ trôi trong dòng trừu tượng. Thời gian sẽ chẳng còn cái uy lực đánh nàng rũ xuống, hoa kia sẽ chẳng tàn.

Dịch Thủy quán 1972

# ĐỘNG VẬT KHÁC MÀU DA

## I

Cuộc chiến Việt-Pháp 1946 bùng nổ Tongoru mười lăm tuổi. Người hàng xóm gọi gọn là Ru lai. Cậu ta muốn tìm hiểu gốc gác cha mình người xứ nào. Có thực ông ta đã hãm hiếp một người đàn bà, như lời đồn đoán lâu nay.

- Anh hà, ngày trước làng mình có binh lính da đen trú đóng không? Nhìn nhân dạng em, anh đoán thử cha của em xưa kia người nước nào.

- Trong vùng quê này, cả tao đây, chưa ai từng thấy mặt "Ông Tây đen." Ra phố thị mới thấy vài ông. Mà đen là đen ra làm sao?

- Thì đen thôi.

- Phi châu sắc dân tuy đen nhưng khác nhau. Đen tuyền, đen nhạt, nâu. Tao đâu có rành nhận dạng người nước ngoài.

- Nhưng phải biết rõ cha em là người một nước nào đó chớ.

-Vào thời trước bà con ta gọi chung những người gốc Phi thuộc Pháp trong binh lính hoặc công chức Pháp là những "Ông Tây đen". Bọn họ đến xứ mình là từ nước Pháp. Đã được người Pháp huấn luyện, dạy dỗ, có người đã nhập quốc tịch, là công dân Pháp. Có thể cha của em đã là một người Pháp gốc Phi. Do vậy, Ru lai nên xem mình là người Việt lai Pháp. Hãy lên đời, hãy nâng cấp lý lịch mình đi. Nghĩ vậy nó êm cái số phận Ru lai ạ.

- Còn chuyện hãm hiếp?

- Sao lại nghĩ rằng mẹ em bị hãm hiếp? Nên nghĩ một cách thanh thản hơn, mọi điều sẽ tốt đẹp.

- Nếu không vậy, nếu là chồng vợ đàng hoàng, có thể số phận em đã khác hơn. Ít ra có một tờ khai sinh không phải là cha vô danh.

- Thuở em chào đời là thời bình, việc giao tiếp, liên hệ rộng rãi, không bức bách lắm. Chẳng có chuyện hiếp dâm đâu, hoặc có cũng chỉ là chuyện hy hữu. Bao nhiêu đứa con lai đâu phải kết quả từ những điều xằng bậy. Trường hợp của em có thể có điều tế nhị, trong một hoàn cảnh đặc biệt mà thôi.

- Là sao?

- Người cha kia đến với mẹ em có thể do một cuộc vui qua đường. Chung cùng những ngày hạnh phúc ngắn ngủi. Giàu nhân ngãi, mà không trách nhiệm vợ chồng. Đến rồi biến đi, người cha phiêu du ấy mà.

- Cái này lạ lùng.

- Chẳng có gì lạ lùng cái kiểu con ong hút nhụy tứ phương trời mang về tổ quay mật. Có thể mẹ em đôi lần ra phố thị, ôm một mớ gì đấy, mang bầu, rồi về quê sinh con. Ngày em chào đời không có mặt người kia thì hẳn phải khai rõ là cha vô danh. Em là đứa trẻ khác màu da, chẳng thể khai bừa cho một ông họ Lý họ Lê nào đó. Cha da vàng mà con da đen hà?

- Em buồn quá.

- Đâu có gì phải buồn tủi. Hằng nghìn người giống hoàn cảnh của em. Họ vẫn sống. Sống vui và xứng đáng đứng dưới bóng mặt trời.

**

Ru lai cao to, ngây ngô, ham vui. Tóc xoắn ốc, môi đỏ, răng đều đặn trắng muốt. Trong lũy tre xanh um này bọn con nít thôn quê răng vàng chạch. Đâu có gì để đánh cho sạch răng buổi sớm mai. Sâu đen từng chùm. Nhiều hàm răng sún, rụng ráo, như cửa mồm một cụ già.

Ru lai sáu tuổi, mẹ qua đời. Một phú hộ trong làng nuôi dưỡng. Ru đi chăn bò, tập làm nương rẫy. Phú hộ có thuê một ông giáo làng dạy chữ cho các con, cho Ru lai học ké về đêm. Ru sáng dạ, siêng năng. Chỉ phải tội ăn quá nhiều, như voi ăn lá tre. Lớn như thổi.

**

Vào tuổi mười lăm, chiến tranh lan tràn, Ru lai được lửa đạn dạy dỗ thêm. Những bờ cây đang tươi lá, những rừng rất xanh bất ngờ bừng cháy nhanh chóng như đám lá khô. Đạn bom có sức hóa phép phi thường, hay ma giáo gì đó, biến những con sông cái suối, mặt nước ao hồ hóa ra lửa ngọn.

Mọi người không yên ngủ trong đêm lành. Trong bóng tối, dưới ánh trăng, họ hì hục đào hầm, mở giao thông hào, làm việc đồng áng. Với ánh đèn dầu hôi nhập nhòa người ta họp chợ, tiếng ồn ào huyên náo cháy cả bóng tối.

Dưới ánh đuốc bập bùng người ta đàn lũ đưa ma. Người nằm trong áo quan sẵn sàng không cánh tay, thiếu một bàn chân, hoặc khung ngực thịt da được mở banh vì sức nổ.

Những áo quan đi qua ngôi làng khu chợ đã bị máy bay đánh phá kỹ lưỡng trước đó. Người yêu dấu ra nghĩa địa không tiếng khóc đi theo, không kèn đưa ma, không đốt giấy mã. Chế độ cấm thói quen tín ngưỡng đốt vàng bạc tống tiễn. Không cần thiết cúng kiến ông bà.

"Hãy dành toàn ý chí cho nỗi căm hờn quân thù. Hãy biến đau thương thành sức mạnh đấu tranh."

Khẩu hiệu rực lửa. Một xã hội tôn thờ "Trái-tim-thép". Cuộc đời người, mỗi trái tim câm.

**

Một buổi sáng, làng Phù Chiên đang yên bình, quân Pháp mở cuộc tấn công khá quy mô. Trên bộ, trên sông, trên trời.

Phù Chiên nằm phía bờ nam sông Thu, được coi là một vùng đệm giữa khu Việt Minh bờ nam và bờ bắc bên kia sông là vùng Quốc gia.

Thời gian này đã có hai danh xưng cho mỗi vùng miền dưới quyền cai trị của mỗi bên, theo thế cài răng lược − còn gọi là địa hình da beo.

Người Quốc gia gọi vùng Việt Minh là vùng Cộng sản xâm chiếm, gọi vùng của mình đang ngự trị là vùng

Tự do. Người Cộng sản gọi vùng mình thống trị là vùng Tự do, còn vùng Quốc gia là vùng Tạm chiếm, vì nơi ấy có mặt quân đội Pháp tham chiến.

II

Pháp tấn công. Một sớm mai. Từ mé sông đoàn giang thuyền chở lính vượt sông, hướng qua bên kia bờ. Máy bay ném bom, trọng pháo mở đường. Binh lính cánh đường bộ từ đoàn xe cam nhông đổ tràn ngập cùng khắp làng Phù Chiên, lẫn các vùng kế cận. Quân Việt Minh kháng cự không tổi. Chiều tàn, Pháp rút, xóm làng lo chữa cháy, cứu thương, chôn người.

Có một điều oái ăm là Ru lai, sau trận đánh tận mắt nhìn thấy lính đen lính trắng, cậu ta có ý định vượt sông, sang bên kia. Mong được gần gũi một người da đen.

Ở làng cũ Ru lai phải cam chịu nhiều khó khăn. Bà con mất dần tình thương yêu Ru lai, thằng người khác màu da. "Sao hình thù thằng này y chang mấy thằng Tây đen trong bọn quân thù." Ru lai buồn tủi, lẻ loi, vì đó đây tỏ lời kinh miệt.

Một sáng, khi màn đêm còn ngất ngư, yếu dần trong sương trắng chờ sáng, Ru lai bơi qua sông. "Về thành". Ru lai mơ hồ có thể tìm được cha, hay ít ra những khuôn mặt cùng màu da.

Ru lai khá ngây thơ, không hiểu rằng phải dùng "cái chết" chưa chắc qua nổi hai bờ con sông ranh giới thù nghịch này. Đã có an ninh mai phục mỗi bên bờ, tàu ghe tuần tra nhìn rõ con tôm cái tép.

Ru lai bị Việt Minh bắt giữ. Bị áp giải ngay trong đêm lên núi, với tội: "Về thành"

"Về thành", là rời bỏ Cộng sản về với Quốc gia — hồi này hầu hết các thị thành lớn nhỏ đều thuộc vùng Quốc gia, Hà-nội, Huế, Đà Nẵng, Nha Trang, Sài-gòn…

Người Quốc gia nhất mực những ai rời bỏ chủ nghĩa Cộng sản, dù sớm dù muộn, dù một phút giây trối trăn/trăng, hối lỗi trước hơi thở cuối cùng, đều là những kẻ còn lương tri. Là những người đi tìm hạnh phúc, tự do, nhân quyền. Là tránh xa cái kiếp tôi tớ, sống mù quáng trong khí hậu động vật.

Việt Minh cho rằng "Về thành", hay "Dinh tê", là hành động bội phản. Theo giặc Pháp, là Việt gian.


**


Trại giam trong rừng núi. Chiều xuống, nhìn qua hàng rào những cọc cao tre gai, bọn tù thường thấy thú dữ vẩn vơ bên ngoài. Không có đường giao thông liền lạc về miền xuôi. Một đường đất nhỏ hẹp, quanh co theo thế núi, thác, đèo. Chỉ người dân sơn cước bản địa mới biết là đường dẫn đi đâu về đâu.

Hôm áp giải, Ru lai đi bộ từ Phù Chiên năm mươi cây số mới đến một xóm nhỏ. Nhà sàn khói núi. Già trẻ lớn bé da đen mốc loại vỏ cây khô. Y phục đóng khố. Đàn bà bày hai vú trần, trẻ nít ở truồng bụng ỏng. Người kinh miền xuôi gọi bà con này là "Mọi". "Mọi" này đã chung máu cho cuộc trường kỳ kháng chiến rất nhiều, một sự đóng góp vô tận không quản thiệt thòi.

Trại tù dựng bằng gỗ rừng, mái tranh, nền đất, tường tre đan trét bùn. Chung quanh hào sâu. Bọn tù ngủ chung sáu người một giường bự. Giường ống tre chẻ miếng, ráp lại bằng sợi mây. Ngủ một chập chừng mươi lăm phút phải trở mình vì tê đau. Một tuần lưng người trầy trụa, lâu ngày da chai cứng từng cục. Sáu người tù ngủ chung. Một lời tâm sự riêng tư có thể qua nhiều lỗ tai người kế cận.

Ru lai bị ghép tội chạy sang vùng địch, là gián điệp đưa tin cho giặc. Ra tín hiệu cho máy bay oanh tạc xóm làng. Thêm, tội đốt trụ sở Ủy ban Kháng chiến.

Một trời tội đáng phanh thây gán cho Ru lai. Nhưng phần nhiều tội ấy đang là những nghi ngờ, nghi phạm, thiếu chứng cứ xác thực. Nhưng cũng chẳng có một lý lẽ nào chứng minh ngược lại, rằng Ru lai vô tội.

Vào một thời trắng đen lẫn lộn, luật pháp tù mù, thực hư khó kiểm chứng nơi một vùng giáp ranh khoảng trống quyền lực, nhà cầm quyền rất dễ hàm hồ kết luận: "Kẻ bị bắt vào trại giam hẳn là kẻ đáng tội. Không tội ai bắt mần chi?"

Bao nhiêu những vụ việc trọng phạm lâu nay chưa tầm ra thủ phạm, thì, đây này, chính nó đây.

**

Ru lai quá là khốn khổ. Lao nhọc, đói rét, vạ oan. Gầy ốm, xương thịt teo lại, cái bụng cứ phình ra vì sốt rét biến chứng. Hai tháng liền bị tiêu chảy, tưởng ruột non ruột già đã theo phân trôi ra ngoài.

Không thư từ, không thăm nuôi, chỉ rất nhiều lần cán bộ bố thí vài bài học chính trị, ý thức phản tỉnh cải tà quy chánh.

Có lúc quẩn Ru lai muốn đốt trại giam. Một người tù chính trị cùng phòng giam rủ Ru lai vượt ngục. Ông là người chín chắn, giữ việc bí mật, nhưng thấy những lần Ru lai phản ứng kịch liệt với các quản giáo, lại còn trẻ trung, có thể đỡ đần nhiều việc lúc vượt đèo núi, nên ông chọn người cùng mạo hiểm.

Cuộc vượt ngục không thành.

Bị biệt giam. Khắp thân người lở lói, gai rừng, ăn đòn roi. Không bông gòn thuốc đỏ, chẳng trụ sinh. Trong bóng tối, Ru lai liếm vết thương mình. Trong bao nhiêu bóng tối Ru lai con thú tự làm lành sự lở lói thịt da bằng chính nước miếng qua môi khô.


# III

Chiến tranh tạm ngừng do một hiệp ước ngưng chiến ký kết bên trời Âu xa lắc: Đất nước chia đôi.

Sự rủi ro số phận nhiều tội tù, hồ sơ toàn những tội tầm cỡ đã mang lại cho Ru lai một may mắn. Người thanh niên hai mươi bốn tuổi lọt vào danh sách những tù nhân quan trọng để hai bên "trao trả tù binh".

Ru lai trở lại với chính quyền Quốc gia, bấy giờ là nửa nước phương Nam. Được chính quyền ưu đãi, nhiều người trong họ được phục chức, giữ những trọng trách mới, thường là cao hơn những chức vụ trước khi ở tù cộng sản.

Ru lai không nằm trong ưu đãi này, anh phải làm lại hồ sơ lý lịch, khai trình chi ly rõ ràng những diễn biến trong thời kỳ bị giam giữ.

Thời gian chờ đợi làm rõ trắng đen, Ru lai vẫn được cho nằm bệnh viện chữa bịnh. Được cấp chỗ ở, tiền bạc, y phục, đồ nhật dụng. Cuộc sống khá an nhàn sung túc, thỉnh thoảng đến nhà hát, rạp chiếu phim.

Một hôm tình cờ Ru lai gặp một người quen từng sống ở Phù Chiên. Ru lai ngỏ ý nuốn cùng về thăm làng cũ, nơi mộ mẹ anh hãy còn. Người quen biết nhìn Ru lai từ đầu chí cẳng, rồi ngần ngại phân trần:

- Ru lai ạ, bây giờ không biết sao chứ trước đây dân làng mà thấy mặt anh tức thì họ cắt cổ treo cái đầu của anh phơi khô trên ngọn cây.

******

Ngày vui qua mau. Tù cộng sản trở về, quốc gia không tin dùng.

Xét lý lịch và trình độ văn hóa của Ru lai, chính quyền Quốc gia nghi ngờ anh đã bị bên kia mua chuộc, đưa anh vào số nhân vật trọng yếu để trao trả, mục đích cài người vào nằm vùng.

Chính quyền Miền Nam cho rằng gốc gác Ru lai là một đứa con lai. Vô gia cư, không học hành tới nơi tới chốn, không nghề nghiệp rõ ràng trước khi bị giải lên rừng. Cha vô danh, mẹ sinh thời làm thuê cấy mướn. Đích thị Ru lai là giai cấp bần, cố nông, một tiêu chuẩn hàng đầu để cộng sản tin dùng.

Trong những ngày bị thẩm vấn Ru lai rất khổ sở vì những câu hỏi quanh co, dai dẳng đến phiền lòng, chẳng khác gì cách thẩm vấn của cán bộ điều tra lúc anh trong trại tù núi rừng. Hóa ra nơi nào, bên này hay bên kia, cũng vậy, người ta luôn muốn anh là kẻ phạm tội, luôn đẩy anh ra ngoài vòng lương thiện. Anh không muốn chết nhục trong bóng tối, nhưng nơi đủ ánh sáng của quyền sống chưa một lần tốt bụng với anh.

- Ru lai, những ngày bị cộng sản giam tù trong núi rừng anh làm gì?

- Tôi bị biệt giam gần một năm. Sau đó ngày ngày đi tăng gia sản xuất để tự túc miếng ăn, trồng khoai mì, đốn củi, chăn bò…

Có một nụ cười châm biếm, hỏi Ru lai:

- Tăng gia sản xuất tưng bừng vậy đời sống chắc ấm no?

- Tôi luôn đói. Tôi thiếu cái chăn cái gối cái mùng, thiếu giày thiếu mũ, áo ấm mùa đông. Tôi thèm ngọt, thèm mỡ, trăm cái thiếu, thèm. Có khi ăn con nhái nướng sơ qua. Tôi sốt rét kinh niên, chưa một lần được chữa trị gọi đúng là chữa trị.

- Được rồi. Nói gọn là thế này. Theo điều tra kỹ lưỡng của chúng tôi, thì anh đã bị tẩy não. Anh chẳng còn cái dấu vết gì gọi là quốc gia. Anh nhiễm sâu tư tưởng thù nghịch, chắc nẫm mình là giai cấp bị bóc lột, bị đàn áp cần vùng lên chặt đầu, thủ tiêu những kẻ có giai cấp trên mình. Mẹ anh bị "quân xâm lược" hãm hiếp, anh tự nguyện đứng vào hàng ngũ vô sản để trả thù cho giai cấp. Giờ đây anh phải thành thật khai rõ, bên kia đã giao cho anh những nhiệm vụ gì trong mục đích mai phục, để phá họai chính quyền Quốc gia như thế nào?

**

Trên nạn nhân một cấp độ, Ru lai là một con vật để lũ quỷ ma dương gian làm trò xiếc. Vào tù ra tù. Ra tù vào tù. Bên nớ bên ni. Trên núi rừng, giữa đồng bằng.

Ru được giam trong một nhà lao thành phố. Khác tù trong vùng cộng sản, tù quốc gia tuy có ăn đòn roi nhưng khi xong rồi, lúc giam giữ có phần tử tế hơn. Phòng giam có đèn điện, có radio nghe chung tin tức, được ăn uống tương đối đầy đủ, ngày sinh nhựt của Tổng thống phần ăn tù nhân có nhiều thịt cá, thêm một cái bánh ngọt tráng miệng. Bọn tù giường ngủ có chiếc đệm mỏng, chăn gối. Đi tiêu có giấy vệ sinh, kéo nước xả ì xèo, ron ron chảy tuột, không phải ỉa xong tìm nhặt lá rừng lau muốn rách lỗ trôn, bàn tay thúi hoắc dính cả máu từ ruột già, như thuở bị tù trong núi rừng Cộng sản.

Ru lai không tự liếm vết thương như từng liếm, mà tự liếm cái thân phận nhờn nhợt bùn đen, khi thầm nghĩ:

"Một đời người có bao nhiêu năm sống đều dành cho lao tù, là nạn nhân của bên này bên nọ, vàng đỏ đỏ vàng, để có thừa kinh nghiệm để so sánh trắng đen giữa các trại tù, cái đời như vậy quả là cuộc đời tệ hơn đời chó ngựa."

Lại tự xỉ vả mình:

"Đù mẹ thằng Việt lai này sao mày không tự xử lấy cái đời của mày."

Ru lai chuẩn bị rất kỹ lưỡng cho cuộc "tự xử". Ấy là một cuộc đào thoát rất đặc biệt, "Vượt ngục để tìm cái chết."

Phải vượt ngục trong một đêm trăng sáng, dễ bị lộ, bị bắn ngay tại chỗ. Chắc ăn. Hơn là phải bị bắt lại. Bị kiếp tù tiếp.

Trong nhà tù đã nhiều năm Ru lai thuộc nằm lòng đường đi nước bước, từ trên mặt đất tới những ngõ ngách, các đường ống thoát nước. Khoảng hai giờ sáng, Ru lai lẻn khỏi phòng, chui xuống một cống thoát nước cặp bên trong bờ tường trại tù, dẫn ra bên trái cổng chính. Áng chừng cách vọng gác một vài thước, qua ánh đèn bên trên chiếu xuyên qua các khe hở, Ru lai đẩy tấm đan, quan sát và chui lên.

Ru lai mang theo con dao chặt thịt lấy từ nhà bếp, quan sát rất nhanh, anh thấy người lính đang ngủ gật, đầu nghiêng đè lên bá súng. Anh lính gác phụ bên kia cũng đang ngủ. Lối vào, hai cánh cổng lớn đóng kín, còn một lối nhỏ phía cửa sổ vọng gác có kẽm gai kéo ngang.

Ru lai cần người lính gác phải tỉnh táo để nhận ra anh thằng tù vượt ngục. Và bắn, bắn, bắn với hết lòng mong muốn. Ru lai đánh thức bằng cách chặt một nhát mạnh vào vai anh lính gác. Lại thoáng nghĩ trước khi vung lưỡi dao, "Làm sao mình có thể giết một người không quen biết, không thù hận."

Ru lai dừng tay một vài giây đồng hồ. Mọi việc rồi cũng ổn. Ru lai đặt con dao to bự bên cạnh cây súng, chui khó khăn ra phía trước cổng. Đêm trăng sáng rỡ. Nhà tù thiêm thiếp ngủ.

Đứng hiên ngang xoay mặt vào cổng, nơi trước đây anh bị còng tay, ngồi xe bít bùng đưa vào. Ru lai nói vừa mình nghe:

"Bây giờ tao tự do. Đù mẹ tự do."

Nhà tù có cách giáo dục cao quý riêng nó. Dạy Ru lai khôn ngoan, thánh thiện, nhận rõ mặt trái-tim-không-có-máu của thời đại. Anh, một động vật mãi trong chuồng, trùng trùng là xác, mùi, máu đau.

Làm lành, cầu hòa với đồng loại, trước khi mong hòa đồng. Đúng là như thế. Nhưng Ru lai đứng rất xa với điều mong có.

Lúc ra khỏi cổng một quãng ngắn, thay vì chạy luôn, nhưng anh không làm vậy. Bi bắt lại, sẽ tiếp tục tù. Ru lai cầm trên tay một cục gạch bự. Anh ném thẳng vào vọng gác để gây tiếng động. Cách cổng gác chừng mười mét thôi, Ru lai cố biến thành một hình khá rõ ràng. Để chúng khỏi phải nhắm đích khó khăn khi bóp cò.

Ngọn đèn chỗ vọng gác trại tù soi thẳng vào người Ru Lai như một cái ống ánh sáng. Lính canh có thể dễ dàng rót đạn vào cái ống ấy.

Ru lai mím môi, ném mạnh. Lính gác choàng dậy. Một hồi còi báo động vang lên. Những tràn đạn nổ liên hồi. Cái ống ánh sáng rực rỡ hơn, bao trùm trọn người Ru lai. Ru lai trong ống đạn chùm, những chùm pháo hoa.

Dich Thủy Quán 1969. Sàigòn 1988<br>Những tháng ngày ngồi Ngáp và Chờ.

# QUÀ TẶNG

S áu giờ chiều tan sở chị Trang đón xe đi thẳng về nhà báo tin anh Trang được giải ngũ. Nỗi vui mừng hiện rõ trên khuôn mặt trái soan mặn mà của chị. Bốn năm rồi chứ ít gì phải không ba. Bốn năm nó lâu như bốn thế kỷ phải không má. Hậu à, cứ nghe người ta dọa những sáu năm mới được giải ngũ, nào thời chiến tranh lan rộng còn lâu mới được trở về đời sống dân chính, chị lo quá… Buổi tối này chị Trang nói nhiều lắm. Nhớ lần anh Trang đang là một giáo sư bị gọi nhập ngũ theo lệnh động viên, chị như người mất hồn. Ăn cơm xong, chị không vào phòng như mọi ngày, đóng cửa nằm nghe đêm đi bên ngoài để nhớ, mà bước ra sân thượng nơi mấy chậu hoa trổ bông thơm dịu, chị ngồi đó, thầm vui nỗi vui riêng mình.

- Hậu à.

- Gì đó chị?

- Ra ngồi đây với chị cho vui.

Tôi bước đến gần. Ngồi xuống chiếc ghế xi măng. Nhớ hồi xưa khi sửa lại ngôi nhà này, Ba chị Trang đã sai thợ tu sửa khu vực trồng hoa, thêm cái hồ nước nhỏ, hai cái ghế xi măng có màu trắng điểm những chấm xanh đỏ li ti. Hồi trước anh Trang rất thích khung cảnh này. Chị Trang nói:

- Một tháng nữa anh Trang về đến nhà. Hậu có mừng cho chị không?

- Rất vui. Vui hơn khi đã qua chinh chiến mà anh vẫn toàn vẹn để trở về với gia đình. Chiến chinh đã không chỉnh hình được anh Trang. Nhưng theo em làm đàn ông, một trong những cái vui lớn là được tung hoành chốn binh đao.

Chị tâm sự:

- Đúng vậy, anh Trang về cho chị niềm vui riêng. Với cái chung thời thế, niềm vui này là nhỏ nhoi. Chị chỉ mong xin những niềm vui nhỏ như thế. Đủ rồi. Với em thì khác. Các em có tiếng gọi riêng của thế hệ lớn lao hơn. Đằng nào chị cũng là một người đàn bà. Một chiếc lá thôi. Chị Trang vừa nói vừa đưa tay bứt mấy chiếc lá nhỏ. Chị vò vò trong lòng tay rồi thả rơi xuống nền đất. Nhìn mái tóc, làn môi, khuôn mặt, cả thân hình của chị tôi nhớ Âu, em gái chị. Âu về đây một lần rồi lên Đà Lạt ở luôn trên đó. Tự nhiên nhớ. Như nhớ một đêm ba mươi nào trong đời mình. Cái nhớ miên man dịu dịu. Chị Trang nói tiếp:

- Chị rất mong anh Trang trở về. Tiếp nối đoạn đời, nối lại sự nghiệp đã bỏ dở bốn năm.

- Anh Trang tiếp nối một hạnh phúc cần thiết trong gia đình. Lẽ ra, chúng ta cần có mặt, anh Trang cần tham dự trong một tiếp nối lớn lao hơn.

Nói xong, tôi cảm thấy mình khá nhẫn tâm. Bởi chị có lý do chính đáng mong anh Trang trở về. Cũng như tôi có lý khi mong anh Trang ở lại mặt trận. Cái chung và cái riêng. Thế nào là một hạnh phúc?

Có lần chị Trang nói với tôi: "Em chưa lập gia đình, em chưa hiểu cái dây ràng buộc vợ con máu thịt. Em chưa phải lo nghĩ mỗi tối sao cho lũ con cái ngày mai được tiếp tục đến trường, được sống bình an trong một xã hội công bằng, ấm no. Những chàng trai trẻ như em, thấy mình cao như núi, tâm hồn mình rộng như biển, tưởng mình có đôi cánh nhiệm mầu mang lại cho đời những an bình vĩnh cửu. Những gã con trai luôn nghĩ mình là cái đỉnh cao, cả dân tộc sẽ ngắm nhìn, lịch sử chiêm ngưỡng. Mơ tưởng một ngày thành ngay một nhà chí sĩ, lên đoạn đầu đài hô vang lời chí nguyện, đời sau mãi lưu truyền. Anh Trang ngày trước cũng như em vậy thôi. Anh đã mỉa mai hết thảy những gì là khuôn mẫu, anh không tuân phục một nguyên tắc nào. Nhưng khi cưới chị rồi, anh trở nên tầm thường Hậu ạ. Ở đời có những tầm thường rất cần thiết. Anh chị có con cái, cháu Hà đó. Hậu ạ, anh Trang rồi phải bằng lòng những lo âu nhỏ nhoi, những hạnh phúc gần, phải biết rằng mái nhà, trong đó có chị, đã che hết bốn phương. Hạnh phúc được thắp lên ngọn đèn, do mình, tự mình che gió, tự mình gìn giữ…

Tôi đã nói với chị, như vậy, chị là một liều thuốc an thần để anh Trang tìm được giấc ngủ hạnh phúc. Không, em hiểu lầm, chị Trang trả lời, chị không là tấm gương soi cũng không là liều thuốc an thần hữu hiệu. Chị không có cái diễm phúc đó. Hậu ơi, chị là một ràng buộc. Một cột chặt anh Trang vào điểm tựa. Thế thôi, thê thằng tử phược mà Hậu.

Anh Trang là một con chim đã hết bốn phương, tôi nói. Chị Trang đã trả lời, con chim đã hết bốn phương không có nghĩa là con chim mất tự do mà là một con chim có may mắn, có tổ ấm, theo chị nghĩ. Em có đồng ý với chị không. Hậu à, công đức chỉ là một tập hợp những tư đức. Một dân tộc cường thịnh là một dân tộc trong đó mỗi người biết sống với tư cách là hoàn thiện bổn phận, dù nhỏ nhoi, của riêng mình. Quốc gia là gì nếu không là một tập hợp những mái nhà với những làn khói lam buổi chiều, với những nụ cười, tuy nhỏ nhoi riêng lẻ, nhưng là biểu tượng an vui của buổi tối quây quần. Ngày nay anh Trang có đi chiến đấu thì cũng chỉ là bảo vệ cho làn khói lam còn trên bếp nhà và nụ cười còn trong mái ấm.

Tôi nghĩ, một ngày nào đó mình sẽ trở thành anh Trang. Mình cũng làm một con chim đã hết bốn phương. Như vậy, phải chăng mỗi tuổi lớn là mỗi thu hẹp đời sống. Nên buồn hay nên vui.

- Chị Trang à. Chị có nghĩ anh Trang đã phí mất đi bốn năm hay không?

Lời dịu dàng:

- Không, chị không bao giờ nghĩ bốn năm anh Trang nhập ngũ là bốn năm bỏ đi. Chỉ tiếc một điều… Chị Trang cúi nghiêng về một bên, mái tóc dài đổ xuống, rồi chị lắc mạnh đầu. Một lối sửa tóc. Từ ngày có chồng chị Trang vẫn để mái tóc y như ngày chị còn ngồi trong ghế trường Luật. Chị nhìn tôi, lại vòng tay trước ngực, rùng mình. "Việt Nam là một vết thương cho cả thế giới soi chung. Nhân loại khôn ngoan và còn nhân đạo thì nhân loại hãy tìm cách cứu chữa nó."

Tôi mỉm cười, tôi có cái bịnh mỉm cười, nói tiếp:

- Ngày trước chị ghét lính lắm mà?

- Thì ghét lính nên mới lấy anh Trang của em.

- Anh Trang của chị sao lại của em.

- Nhưng ghét cái gì trời cho của ấy. Đang là một người thầy trên bục giảng, đang trong một cuộc sống bình an, anh Trang lại bị gọi ra chiến trường, trực diện với lửa máu và cái chết. Riết một hồi chị thấy lính là chị thương. Nhưng chị không hề nghĩ có lính mới có tất cả.

Trăng lên cao. Ánh vàng bàng bạc chảy khắp không gian qua khe lá, những tơ mềm đọng lại trên mái tóc chị. Gió nhẹ vừa đủ những nụ hoa lay động. Có tiếng dương cầm từ trong nhà vẳng ra. Ba chị Trang từng là một nhạc sĩ nổi danh. Chúng tôi vào phòng chị Trang. Ngọn đèn nhỏ bật cháy, cửa đóng, qua lớp kính ánh sáng như một khối đặc.

Tôi ngồi sát chị, chúng tôi vẫn rất gần gũi nhau. Có lần tôi đã nói điên chị Trang, chị thương anh mà chị yêu em đó. Chị tát nhẹ vào má tôi, nói em chỉ tổ lãng mạn, ưa nói bậy thôi. Tôi hỏi vầy là hỏi chứ thừa biết chị Trang thương tôi lắm. Có gì đâu. Tôi ngang tuổi người em trai của chị. Trong gia đình, có điều gì khó khăn không thể nói thẳng với anh Trang, chị thường tâm sự với tôi. Thời gian đó bây giờ đã lùi sâu vào dĩ vãng, xa lơ… Bây giờ, anh Trang cũng như mọi người, phải lên đường. Tôi cầm bàn tay của chị. Nhưng ngón mềm mại hơn cả bàn tay của Âu. Chị nói:

- Thôi khuya rồi, đi ngủ đi em.

Tôi yên lặng. Sương xuống nhiều trong khuya khoắt. Mây trắng đã lan đầy khung trời. Giọng của chị, lạ thay, run rẩy.

**

Xa xa, ánh trăng trên xóm nhà tôn lấp lánh như trăng trên sông thấy bâng khuâng lạ. Tôi bỗng có mơ ước được thấy một cánh buồm, mơ một mảnh lưới vung lên, mong nghe một câu hò. Lòng bỗng nhớ những ghềnh đá bờ cây lặng lẽ, gió ru hời miên man; nhớ những khóm lục bình trôi lênh đênh tiếp nối lục xanh như rừng nổi; nhớ ghe nhớ bến; nhớ xưa qua sông, cây cầu thôn dã khó đi, người tay níu tay; những cây cầu bị tranh giành như một chiến tuyến; thấy nôn nao chi lạ mỗi lần được tin một cây cầu bị nổ tung. Có người nói chiến tranh này triền miên, riết một hồi quen tuốt luốt với những chết chóc đổ vỡ. Không thể. Không thể được. Không thể đói khát trở thành một tập quán. Nói như thế là xem chúng ta như những con tắc kè… Chị Trang mở cửa sổ, bật đèn, đổi đôi dép, thay áo rồi lặng lẽ lại giường nằm. Chị mở sách ra đọc. Hậu à, trong lòng có mong đợi thì mình chẳng thể làm được một việc gì cho ra hồn, đến đọc sách cũng không vào. Chị xếp sách.

Tháng ngày có lúc cũng đi giật lùi. Hôm anh Trang nghỉ dạy, để lên đường nhập ngũ. Buổi chiều họ dẫn nhau xuống phố với một tâm trạng đặc biệt hơn mọi ngày. Đại lộ như trống vắng. Cây lá cũng buồn, bỗng hắt hiu cành xanh cành vàng. Người người như uể oải sau một giấc mộng không lành. Người người chờ từ biệt. Mọi người mọi cảnh đều là cõi xa. Em đừng buồn như thế chứ, anh Trang nói với vợ, chiến tranh này kỳ cục, chiến tranh đã cùng khắp, đã lên vai mọi người, giờ đến lượt mình. Chịu thôi. Họ đi vào một tiệm ăn. Chị Trang nói em không muốn ăn cái gì hết. Anh cười tuy trong lòng cảm thấy nôn nao. Nói chưa chi em đã buồn bã rồi làm sao anh đi. Chị lau nước mắt… Từ trong quán ăn ra đèn nhá nhem tối, anh Trang đề nghị đi xem phim. Chị Trang nói thôi anh, em còn mua sắm cho anh vài món đồ vặt vãnh. Chị nói tiếp, vào quân trường rồi ai lại lo lắng cho anh miếng ăn miếng uống, tấm quần tấm áo. Vào trong ấy dãi nắng dầm mưa đen đúa ra, mãn khóa trở về thấy lạ, mà chắc gì được về. Có người đi thẳng ra chiến trường. Từ chiến trường thẳng luôn nghĩa địa. Như chú Nghĩa chín tháng mới trở về rồi lại đi tận đâu trong Nam…

Để an ủi vợ anh Trang nói, vậy mà thằng Nghĩa hắn chưa chết. Cái chết đâu dễ. Thằng Huân đánh giặc ngày đêm đâu can gì. Chị nói, nhưng đến chừng anh Huân về Sàigòn mấy ngày, vào bar uống rượu bị một quả lác-tít nổ ruột gan bay lung tung, cái đầu xác xơ, thân thể bị gom lại chôn không đủ tay chân. Đó, thân thể người ta chia ra làm mấy phần. Đó là số mệnh ở đâu. Tình cờ hay không tình cờ…

Họ đi rong trong phố. Anh à, khi ngang qua cây cầu vôi trắng chị Trang nói, em mua thêm cho anh hai bộ đồ ngủ để vào trong ấy mà thay đổi. Anh Trang cười, nói em ngây thơ quá, vào quân trường trời nóng nực thấy mồ, đi tập suốt ngày mong tối về cởi áo nằm trần mình cho khỏe, trong đó toàn anh em trai với nhau ai bận quần áo ngủ làm gì cho mệt…

Trên đường về chị Trang hỏi anh à, khi là lính anh có lãnh được phần lương sai biệt như hồi còn là giáo chức không anh? Anh trả lời không em ạ, ở các khóa trước trường hợp như anh thì hưởng được sai biệt, khóa này thì không. Chị Trang bắt đầu lo lắng những ngày lương bổng ít ỏi, cảnh cô đơn, dãi nắng dầm mưa. Đàn bà dù học hành tới đâu cũng chỉ là một người đàn bà. Cũng vẫn là chị Trang với những lo âu không đâu, những để tâm vụt vặt, với nước mắt chan hòa khi người chống còn ngồi trước mặt đây... Bóng tối đổ đầy thành phố đêm. Họ trở về lặng lẽ. Hai cái bóng âm thầm. Qua một ngã tư anh Trang vẫy tay đón một chiếc xích lô. Chị Trang ngồi trên hai đùi anh. Người phu xe kéo tấm bạt lên. Gió đẩy lui lất phất. Xe chạy qua những đường trơn ướt, lên một cây cầu, quẹo sang ngã giáo đường thánh giá cao buồn giờ này vắng tiếng chuông, chúa bị đóng đinh dang tay, thân hình trắng nõn không giọt máu, chúa bằng đá em ạ, chúa hai ngàn năm sao không thấy già... Xe qua khỏi khu giáo đường, đến một công viên ghế đá bỏ không, đến nhà. Hôm đó chị Trang thức rất khuya, anh Trang hỏi sao, em buồn vì anh không xin hoãn dịch hả, thôi em ạ, đến lượt đi thì đi, xin hoãn làm gì, mỗi người một lần. Chị Trang nói em không buồn nhưng lo cho anh, chín tháng trời, trước mặt anh còn những gian khổ chiến trường.

Rồi anh Trang lên đường, qua những đồi gai cỏ mọc. Trong quân trường Trang xôn xao với thành phố bên ngoài những biến chuyển chính trị, tôn giáo, đảng phái, chống kẻ thù bên ngoài lại đâm lưng nhau trong hậu phương; đảo chính đột ngột xảy ra như cơm bữa; miền Nam một nghìn chín trăm sáu mươi tư; những niềm vui vội vã, chiến trường đêm ngày thêm tiếng súng, trong thành phố ngày đêm là biểu tình hơi cay rào kẽm.

Những buổi chiều thao trường, Trang ngồi bên cây súng trong rừng cao su đợi cơm, nhìn ra con đường xuyên việt những chuyến xe đi về khó khăn. Đọc từng lá thư chị Trang gửi vào. Anh nâng niu từng chiếc khăn tay nhỏ. Nhưng tất cả không che kín suy tư. Nó len lén trở về sau những giờ tập tành khổ nhục, khi ngồi trong sân vắng dưới những tàng cây ngã bóng nhìn bạn hữu.

Thấm thoát bốn năm rồi. Hôm nay Trang lại sắp trở về. Anh lại đi trong thành phố những ngày cuối đông lá vàng gió lạnh. Anh đã nói anh giải ngũ đúng ba mươi tuổi. Hãy coi như anh mới được sinh ra. Hãy xem như mới bắt đầu cuôc đời. Trang ạ, chiến tranh này là một cuộc nội chiến vì ý thức hệ tư tưởng, đối nghịch chính trị, những mâu thẩn tử sinh còn đến thăm hỏi nhiều thế hệ con cháu chúng ta nữa, nó chưa xong đâu.


**

Tôi thức dậy sớm ra sau vườn đi vòng quanh, mấy cụm dạ lý còn thoảng mùi. Ngọn đèn ngủ trên phòng chị Trang còn sáng lờ mờ. Sương đục đọng trong những lùm cây xa. Có phải tiếng chuông không. Từ lâu tôi đã quên những ngôi chùa. Quên bằng đi những trụ trì tụng kinh gõ mõ hiền hòa. Còn lại đây một mớ ngột ngạt, rối loạn, hô hào. Còn lại đây những bàn chân đinh nhọn. Những bàn tay rắn rít. Những đầu óc sâu bọ. Những tình cảm bừa bãi như mo nang cơm nguội. Những ý thức rẻ rúng. Những danh từ tranh đấu, chiến đấu, tranh thủ, sai lầm. Tôi có nghe tiếng chuông đó. Vang vọng. Khó chịu. Làm vẫn đục một buổi mai đi chăng. Những ngày cuối đông buồn bã thế sao. Chim chóc đã bay xa, hay ngủ trong vùi trong tổ. Có tổ ấm không mà ngủ. Mặt trời không trở lại. Tôi tin vậy. Mặt trời sáng nay bị những mây đen ăn mất…

Những mây đen thời cuộc mênh mông che khuất cái nhìn chúng ta. Chúng ta chỉ gần, quá gần mà không phân biệt được cái gì ra cái gì. Một cuộc chiến phân ly. Đâu đây lại có tiếng chuông giáo đường. Buổi sớm dường như dành để đánh chuông gõ mõ. Cảm thấy lạnh, tôi đi vào nhà. Chị Trang đi xuống cầu thang tay cầm chiếc khăn lớn miệng ngáp ngáp đầu tóc rối tung, dáng dấp bơ phờ, nhưng trông chị đẹp quá chừng.

Trời đã sáng tỏ. Tôi đưa chị ra phố. Chị ăn vận đơn sơ chừng nào chị càng đẹp chừng ấy. Vào tiệm vải chị lựa mua cho anh những màu vải ngày trước anh thích. Mua những đôi vớ chiếc khăn. Chị nói Hậu à, chị đan xong chiếc áo ấm cho anh Trang rồi đó, trưa về em mặc thử có vừa không. Ra khỏi tiệm vải, tiệm tạp hóa, tiệm may, chị bảo tôi vào tiệm đóng giày với chị.

Đóng cho anh một đôi giày. Mấy đôi giày ngày trước bây giờ hóa ra lỗi thời rồi. Tôi nói làm sao biết cỡ chân của anh mà đóng. Chị trả lời có đây em. Chị vừa nói vừa mở cái ví lấy ra mảnh giấy trên đó có ghi số và mẫu hai bàn chân của anh Trang bằng nét bút chì nguyên tử.

Tôi nghĩ đến hai bàn chân may mắn của anh Trang. Hai bàn chân, hiện là trừu tượng, được chăm sóc bởi bàn tay và trí óc của một người vợ hiền. Đóng cho anh một đôi giày. Nhưng tôi cũng tự hỏi và hoài nghi đến sự toàn vẹn của hai bàn chân có thật khi một chiến sĩ trở về!

**

Ngày tháng qua. Chị Trang vui mừng hiện rõ lên từng cử chỉ từng lời nói bước đi. Chị chăm sóc những chậu hoa, bé Hà. Chị bảo Hà phải ngoan lên nghe, cho ba về ba vui. Mỗi chiều khi tan sở về chị mở máy thu thanh nghe chừng tin chiến trường. Tâm hồn chị lúc này như có đường tơ căng, rung động mong manh. Chị sợ lỡ người ta không cho anh giải ngũ. Lại lo lắng vu vơ rằng không biết giải ngũ rồi sau này có bị gọi lại hay không. Súng còn nổ, chiến tranh còn dài lâu chẳng biết sao đây. Nhưng rồi chị tự trả lời giải ngũ chắc là giải ngũ luôn chớ, ai gọi lại làm gì, còn bao nhiêu khóa sĩ quan chưa ra trường, còn bao người tuổi vừa đang độ, sẽ thay nhau. Chị bâng khuâng, bất định. Chị tâm sự với khoảng không, anh Trang trong miền Nam chắc cũng trông từng ngày từng phút là cái chắc. Bây giờ anh ở trong ấy đang làm gì. Chị không hình dung nổi chiến trường. Chị đoán chắc khi sắp giải ngũ anh Trang được nghỉ ngơi tại Bộ Chỉ huy của đơn vị, để sửa soạn ngày về.

Chị mong ngóng ngày về. Chị mường tượng hình dáng một người đàn ông sương gió sau bao năm phiêu lãng trên suốt bản đồ đất nước. Chị theo dõi từng tiếng động nhẹ, tiếng động lớn dần, tiếng động quen thuộc, rồi cánh cửa sịch mở, chàng sẽ hiện ra ở đó, gói hành lý trên tay. Sự nghiệp đã thành, hay sẽ bắt đầu. Sẽ hôn lại những cái hôn mặn nồng. Sẽ qua phố phường những ngày mới. Với chị, anh Trang là tất cả, anh về là cuộc đời trở về, là bốn phương bừng sáng, là đời lên một khung cầu tưởng vọng.

Một buổi sáng thứ bảy chị nói với tôi:

- Hậu ạ, ngày mai anh Trang về. Giọng chị run run xúc động. Hôm nay đi chợ, mua thức ăn, những cành hoa. Đi lấy đôi giày. Đi làm mái tóc. "Anh Trang thích hoa lay ơn lắm… Anh Trang thích màu này đây, thích ngọn đèn bắt trong góc này. Anh về chị dành một thời gian đưa anh đi Đà Lạt hoặc Nha Trang… Tất cả những câu hỏi nói dồn dập một mình chị nói với chị. Suốt đêm chị không chợp mắt. Gần sáng trời bỗng đổ cơn mưa rạt rào. Tôi trở mình, úp mặt vào hai lòng bàn tay, thiu thiu giấc ngủ mơ thấy anh Trang đẩy cửa trở về mặt đầy máu me tiếng súng nổ dồn dập đằng sau phía trước…

Tôi đến phi trường với ba mẹ chị Trang, cả cháu Hà theo. Chị mặc áo len ngoài màu tím. Tại sao chị chọn màu tím?

Cửa phòng đón khách ra rất đông người. Chị Trang ẵm bé Hà đứng lên. Mọi người từ trong phòng chờ đợi đổ xôn xao. Tôi vỗ vỗ vào má bé Hà nói vui lên bé, ba cháu đằng kia kìa. Tôi quay sang nói với chị, vui rồi chị ạ, lát nữa anh Trang lại có quần áo mới, mang đôi giày mới.

Chị Trang mỉm cười nhưng đôi mắt chị không rời khỏi chỗ cửa ra, mỗi lúc mỗi thưa người, nhưng chưa thấy anh Trang. Tự nhiên bé Hà khóc thét lên. Trời lại bắt đầu cơn mưa lớn bên ngoài. Mưa gì ngột ngạt như một sự bất thường sắp xảy ra.

Người cuối cùng bước ra cửa, không phải anh Trang. Tôi nhủ thầm, lạ nhỉ. Gương mặt chị Trang như một phiến đá không màu. Tôi nghĩ đến đôi giày mới. Vừa lúc đó một người hai tay xách hai va ly hành lý bước đến. Tôi reo lên:

- A, anh Huấn.

Quay sang phía chị Trang, tôi nói:

- Chị còn nhớ không, đây anh Huấn hồi cùng đi với anh Trang một khóa.

Chị Trang nói nhớ, rồi cúi đầu chào. Và Huấn đứng sững ở đó. Anh Huấn nói một câu thật nhanh:

"Anh Trang chưa thể về được."

Tôi hỏi vì sao. Huấn trả lời nhanh nhưng giọng trầm hẳn xuống:

"Xuôi xẻo quá đi. Trận đánh cuối cùng Trang bị thương đứt lìa một bàn chân. Tin báo chưa tới nhà ư!"

Một tiếng uych. Tôi quay lại, nghiêng cúi xuống, ôm hai vai một phiến đá lay gọi.

Cà phê Dịch Thủy<br>1971 Sàigòn 1998.

# HÔN LỄ

hi tôi ngồi hẳn vào xe jeep, Độ còn hỏi, Về đường bộ à? Không chờ máy bay sao? Tôi nói, Đành liều vậy, chờ quá giang máy bay tiếp vận chắc là ngày mai mới có. Người tài xế cho cái chìa khóa vào ổ khóa, rồ máy.

Độ bắt tay, nói cậu nhất định về tôi để cậu về nhưng đi đường nên cẩn thận, nhất là đoạn Trảng Bàng Củ Chi. Trí đứng bên cạnh nheo mắt nói, Liều can không nổi, đoạn đường trên trăm cây số cậu dám đi một mình; sao không chờ công-voa có yểm trợ mà đi theo? Tôi yên lặng. Nghĩ bụng, chuyện không tới nổi trầm trọng, phải nhác gan đến vậy.

Xe chạy ra khỏi căn cứ Trảng Lớn, Bộ chỉ huy của Sư đoàn 25 Bộ binh, vượt qua những con đường cây bóng mát của tỉnh ly. Tây Ninh, thành phố gần biên giới, thời đang mở mặt trận sang Campuchia yểm trợ Lon Nol, sau khi Tướng này lật đổ Quốc vương Norodom Sihanouk. Thành phố đầy lính, nhiều sắc phục, một tình trạng chinh chiến nhưng không thiếu khí chất lãng mạn. Nơi đây có những quán ăn nhà hàng mỗi sớm mai chiều chiều dày đặc xe jeep sĩ quan nhiều binh chủng, các quán phê vườn thoáng rộng, câu lạc bộ sĩ quan hằng cuối tuần các nữ sinh có cả vũ nữ, những đêm dạ vũ "Em hậu phương anh tiền tuyến"; cả đám văn nghệ trẻ tỉnh ly. Người Tây Ninh hiền hòa. Gái Tây Ninh rất đẹp. Có Tòa Thánh Đạo Cao Đài, trang nghiêm rộng lớn, một kết hợp giữa cấu trúc nhân văn với toàn cảnh thiên nhiên.

Dù việc đi lại khó khăn vì đường dài bị bom mìn, những trận phục kích bất ngờ, có thể chết người, tôi vẫn muốn dùng xe jeep từ đây về Sàigòn. Lúc qua vùng Trảng Bàng, anh có thể đến Tha La xóm Đạo, nơi Thi sĩ Vũ Anh Khanh có bài thơ khá nổi tiếng.

Một tháng trước Đán báo tin hôn lễ của hắn. Tấm thiệp mời và mấy vòng chữ: *Cậu Ấm, tôi đã cưới Vy mong rằng trong tiệc cưới sẽ có mặt cậu, bè bạn chẳng còn ai, cậu nhớ về với tôi một lần cuối…*

Tôi với Đán là chỗ bạn bè sống chết có nhau nhưng hơn một năm nay tôi không hề đến nhà Đán. Cũng chẳng nghĩ rằng Đán sẽ cưới vợ. Trong số bè bạn, Đán là người cưới một cô con gái xa lạ với chúng tôi nhất. Tôi nhớ mình có gặp Vy một lần ở đâu đó, một buổi chiều thì phải, khi lớp học của cô đã tan, và đường xá Sàigòn đông nghẹt xe cộ giờ tan sở. Tôi nhớ hôm đó Vy vận bộ đồ trắng đứng bên kia đường , chừng như chờ Đán. Rồi thôi. Trong ý tôi hôm đó thật là dửng dưng.

Hôm nay Đán cưới người con gái đó. Chàng thanh niên đã giã từ đấu trường của tuổi trẻ. Một lần nữa tôi mất hẳn một thằng bạn thân. Cớ sao tôi cứ nghĩ tử thần và con gái thường giết chết những thằng bạn thân yêu.

**

Khoảng mười giờ hơn xe chúng tôi đến Gò Dầu Hạ. Người tài xế hỏi có ghé chợ Trời mua chát gì không? Tôi nói thôi, về thẳng Sàigòn. Tôi nói có đám cưới thằng bạn thân, phải về đi cho nó một thẻ nhang.

Tuy không ghé chợ Trời nhưng chúng tôi cũng dừng lại để kiếm chi uống. Những hàng quán đông đúc làm nhớ đến một vài thị trấn miền Tây mà tôi đã qua, những vùng biên giới tôi thường trên máy bay nhìn xuống, những mái ngói sáng loáng dưới ánh mặt trời, chung quanh cái ốc đảo đó là cánh đồng xanh ngắt phẳng lặng. Những Cần Thơ, Sóc Trăng, Bạc Liệu, Giá Rai, Cà Mau, Hà Tiên, Châu Đốc, Long Xuyên, Sa Đéc, Mỹ Tho, mỗi nơi một lưu dấu nghĩa tình, là những trời ấm êm, những em nồng nàn. Nồng nàn mang tính Mẹ, của chở che, đùm bọc, thời tôi bị lưu đày, chỉ định cư trú, xa biệt miền Trung Việt.

Rời Gò Dầu Hạ xe chạy qua những đoạn đường gãy nát, những cây cầu chưa xây nên kịp, những hố mìn còn đào sâu, hai bên đường những đồng ruộng đồng hiu quạnh, những vườn cao su vàng vọt thiếu chăm sóc. Bìa các rừng cao su bạt ngàn, ngày xưa bám sát hai bên quốc lộ. Rất sớm mai, lúc chiều tàn, xe trên có thể chạy trong bóng cây rừng. Nay để mở rộng tầm quan sát, chống viêc chuyển quân và phục kích chết người, cây hai bên đường của rừng cao su bị đốn sạch. Một khoảng trống trải hai trăm mét cách biệt giữa rừng và quốc lộ. Chạy xe trong khoảng không như thế, tôi thiếu hơi ấm của rừng.

**

Sài gòn bốn giờ chiều. Cơn mưa lớn. Khung trời u ám chật lại bất ngờ. Tôi vừa bước vào cửa nhà, mợ tôi đã kinh ngạc. Chao ôi, ông tướng sao bữa nay mới về, lâu ngày quá, mợ tưởng con... "Mợ tưởng con chết rồi ư" Hay, "Con đã có một đôi nạng làm bạn".

Với mợ và các anh chị trong gia đình, tôi là một kẻ đáng yêu, nhưng cũng là một tên lãng tử, sống bất định bất thường. Tôi xuất hiện toàn những lúc bất ngờ. Khi có lễ lạc, cần tôi về, tôi mất tiêu. Tôi có mặt khi mọi người đã tuyệt vọng nghĩ rằng tôi đã chết ở một cái xó xỉnh nào đó rồi. Rất nhiều khi mợ nhìn từ đầu đến chân coi xem tôi có đầy đủ tay chân không. Khi đó thì tôi đứng ngay ở ngưỡng cửa mỉm cười tinh nghịch trước mắt các anh chị bà con.

Tôi nói hôm nay con phải đi dự một tiệc cưới. Mợ tôi nói, "Vừa tới nhà thì lại đi. Nên tắm rửa đi. Ăn một chút gì cho ấm bụng. Thấy người con bơ phờ lắm".

Trong phòng tắm, tôi nghĩ đến Đán, Lát nữa Đán sẽ chạy ào ra ôm lấy tôi như mọi lần, sau đó hai đứa kéo nhau vào nhà, ngồi trầm tư, nhắc lại những kỷ niệm, bao dự định tương lai. Những dự định trong vắt như một mảnh thủy tinh, nhưng dự định chẳng bao giờ thành. Thế đời đưa đẩy. Luôn là cũng đành, trôi theo.

Tôi vận bộ đồ lớn, ngụm một tách cà phê có sẵn trên bàn, thưa với mợ, thưa mợ con đi tý xíu chiều mai con về. Mợ tôi cười: đi tí xíu mà chiều mai mới về, thôi đi đi, coi chừng xe cộ đó nghe. Tôi dạ, và nghĩ bụng mợ bao giờ cũng xem tôi còn nhỏ dại.

**

Nhà của Đán vùng Phú Thọ. Ngoại ô, nên vườn tược rộng rãi. Hôm nay được sửa sang, xây thêm phòng. Bờ tường còn thơm mùi vôi mới. Chào đón cô dâu mới.

Trước đây, cả gia đình bỏ quê chạy loạn vào Sàigòn. Hồi đầu cả gia đình nương náu nhà anh Chung trong tình cảnh ty nạn. Tôi có đến đó vài ba lần, ngủ lại những đêm nóng bức trên căn gác xép, nửa đêm thường nghe tiếng náo động của khu lao động chen chúc, nhưng tôi mến yêu cái gác xép, cho tôi quá nhiều kỷ niệm với Đán.

Mọi người chạy đó đây lo liệu cho đám cưới, nhà trống vắng. Ba của Đán bước ra chào tôi, mời tôi ngồi, nói chao ôi anh về đến đây mà Đán lại mới đi xuống phố. Ông cụ già hẳn đi, hai gò má lõm, mái tóc muối tiêu đã chuyển trắng, nhưng nhìn chung ông vẫn còn biểu lộ một vẻ thanh tú và lịch sự.

Ông cụ nói Đán trông anh ghê lắm, nó nói thế nào ngày hôm nay anh cũng về, thôi kệ, đời người ai cũng phải một lần cưới vợ. Rôi ông hạ giọng, còn anh thế nào, đã thấy cô nào vừa ý chưa, thôi mà anh.

Tôi nói thưa bác Đán đi chừng mấy giờ thì lại về. Ông cụ nói về ngay bây giờ, kẹt chiếc xe rước dâu.

Tôi liên tưởng đến những cảnh rước dâu trong những tiệc cưới mà tôi đã làm phụ rể. Những cô gái trong lớp áo cưới, khăn voan che ngang mái tóc, tay ôm bó hoa rời khỏi căn nhà mẹ cha để bước lên chiếc xe nằm đợi sẵn nơi đầu ngõ. Họ sẽ đi qua một ngả khác cuộc đời. Từ cánh cửa đó những cô gái biến thành đàn bà. Họ sẽ làm mẹ của một số linh hồn… Xin giã từ những mộng ước hoang đường. Làm vợ. Còn lại đây một mớ lo âu, những đêm hạnh phúc tuyệt vời hay những đêm định mệnh rách rưới… Cũng từ đó những cô gái sẽ tìm thấy thêm rất nhiều điều lạ lùng về thân thể cũng như tâm hồn người đàn ông mà thuở yêu nhau họ chưa hề biết đến. Thấy những cái tầm thường, thấy sự sống thúc đẩy họ gần kề những điều họ ghê tởm hay không dự tưởng khi yêu nhau.

**

Cơn mưa buổi tối lại đổ xuống đột ngột. Tôi châm một điếu thuốc bước ra hàng hiên, một vài ngọn đèn thấp thoáng bên kia bờ rào giống hệt cảnh đêm một cái xóm quê hiền hòa. Cảm thấy lạnh châu thân. Tôi đã đi từ bao lâu rồi. Đã làm gì. Có đủ can đảm sống như thế này để nhìn những ra đi, những đổi thay, những thu hẹp đời sống của bè bạn. Một vài giọt nước rơi xuống từ mái hiên.

Tôi sẽ sống cô đơn cho mãi đến bao giờ. Ngày mai tôi lại mất thêm một thằng bạn. Đán cưới vợ. Hay Quyền vừa cưa mất một cái chân tại bệnh viện Quy Nhơn. Đán và Quyền đều giống nhau dưới mắt tôi.

Những bè bạn tuổi nhỏ cùng tắm chung với nhau một bến sông, cùng một nhà trọ, cùng chung một trường, những bè bạn cùng ngồi thâu đêm qua những mùa mưa buồn, cùng cái nắng cháy ngút ngàn mùa hè, những bè bạn ấy ngày nay chẳng còn. Chiến tranh đã mang đi bè bạn. Lý tưởng đốt cháy những tụ họp, phá tan những bầu trời tuổi nhỏ, lập thêm những biên giới mới ngăn chia.

Con chim bay hoài, con chim cũng mỏi cánh. Tôi đã trở về trên ngưỡng cửa này dự đám cưới của một thằng bạn. Vui hay buồn. Buồn hay vui gì cũng một lần này thôi không bao giờ trở lại ngưỡng cửa này nữa. Tôi nhường nơi này cho đời riêng của Đán. Cái vỏ cứng nhắc sẽ giam chặt một đời bạn. Ngày mai vợ sẽ già, con sẽ lớn và mưa gió sẽ làm một đời bạc tóc.

Tôi không bao giờ trở lại nữa. Nhất định thế. Khi chúng ta chẳng còn một chỗ đứng nào đặc biệt trong tâm hồn bè bạn thì chúng ta hãy lùi xa. Cái chỗ đứng của tôi trong tâm hồn Đán hôm nay Vy đã chiếm. Tiệc cưới là cái khóa chặt đôi tay bè bạn, là một cái màn chắn, một cái lồng kính nhốt những con chim.

**

Khoảng hơn mười giờ đêm Đán vẫn chưa về. Buồn quá tôi ra nghĩa địa – phía trước nhà – ngồi. Những ngôi mộ thấp, tồi tàn. Cỏ mọc len lỏi các lối đi. Bầu trời tối đen, gió thổi rào trên những ngọn khô, tiếng xe vọng lại ngoài lộ xa…

Đán trở về khá khuya. Không cái bắt tay thường lệ, Đán ôm choàng lấy tôi. Trong một thoáng tôi dừng lại ở đầu một ngày xa xưa, trí óc như sương mờ bay qua những mai những chiều nắng thuở chúng tôi sống nơi cái thị trấn Vĩnh Điện nhỏ bé.

Thị trấn bắt đầu từ một cây cầu phía bắc, mùa nước lớn bèo rong và cây gỗ từ nguồn tây trôi về lênh đênh; cây cầu đứng im những buổi mai sương kín, những buổi trưa cái bóng đổ xuống dòng nước trong vắt, chúng tôi tắm bì bõm dưới đó khi trên kia chuyến xe xuyên Việt chạy qua mệt mỏi, rung động cả thân cầu.

Thị trấn có con đường về mạn núi xuyên qua quận lỵ Đại Lộc, con đường bụi vàng, cây xanh làm cho du khách nhớ đến những con đường của cao nguyên heo hút. Ở đó ngày nay Bửu và Bá đã chết. Những Xuân những Liên những Ngọc đã có chồng. Vĩnh Điện, tôi gọi tên như gọi một cơn mộng bên cạnh cuộc đời thực riêng tôi…

Buổi tối câu chuyện được tiếp cho mãi tới hơn mười hai giờ đêm, cây đèn măng sông quá nóng tiếng kêu khè khè mỗi lúc một lớn, bầy phù du cứ nhào vô cái ánh sáng ma quái ấy, mấy tờ nhật báo bỏ bừa bãi trên bàn, trên mặt bàn những cái khăn nhiều màu và bình hoa làm tôi thấy dịu dịu trong hồn, những hàng ghế được sắp ngay thẳng chờ ngày mai hành lễ. Buổi chiều tôi đến đây và thấy nhiều người đã ngồi trên hàng ghế ấy, họ chúc mừng, uống la de, ăn nem, rồi ra về. Họ chỉ có thế. Đời người chỉ có thế thôi à. Tôi buồn. Một cái gì nhàm chán dấy lên, tỏa rộng.

Đán bỗng nhiên nói lớn như vừa sực nhớ ra một điều quan trọng:

- À, ngày mai cậu đi phù rể đấy nhé.

- Ê, cái mục ấy xin tha cho em. Em ngán cái phụ rể rồi. Ngày mai nếu có đi theo hàng họ em đây chỉ ngồi chỏng cẳng uống rượu, ăn cho bằng thích và nhìn các cô bạn của cô dâu mà thôi.

- Được rồi, nếu muốn tôi giới thiệu cho một cô nhưng với điều cậu bớt cái khùng, bớt mơ mộng. Mình nói thật đấy. Phải thực tế một chút. Đằng nào cậu cũng phải dừng lại ở một cái trạm nào đó, đối diện với những cái tầm thường nhưng cần thiết. Có vợ đi. Mưu tính trong cái thời-sự-đã-rồi này cũng vô ích.

Đán có vẻ khôn ngoan ra. Nhưng tôi cứ nghĩ cái khôn của người lớn là một cái khôn ích kỷ và có hại, khi cái ngu của tuổi trẻ là một cái ngu hữu ích.

Dưới mắt một cụ già việc xuống đường hay tranh đấu là một điều không nên. Với những cụ già, ăn cái giải gì mà phải chống đối, nói thẳng ra cái sự thật thời thế bi đát, chúng đánh cho bỏ mạng. Với tuổi trẻ, họ không sống cho chính bản thân ích kỷ mà vì cái Cần-Sống của mọi con người

**

Gần một giờ sáng chúng tôi nằm xuống tìm giấc ngủ. Đán, tôi và Đức cùng nằm một giường. Cây đèn vừa tắt để lại một cái điểm đỏ trong mí mắt tôi. Tôi cố gắng giữ những cái điểm đó xa dần. Biến thể. Trôi nổi vật vờ. Đán nói ngủ đi cậu mai còn nhiều việc. Tôi nói ngủ không được, lần này tôi về thấy cậu đổi khác nhiều quá. Đán nói thôi ngủ đi, tôi mong cho tôi hư thân bằng cách này là may mắn lắm rồi, còn cậu để chờ coi thử cậu làm được gì. Tôi trở mình ra và nói Đán à, tôi sẽ tự tử cậu ạ, nhất định tự tử cậu ạ, tôi không sống nổi.

Trong đêm, tôi ôm bạn thiu thiu giấc. Thân thể này đêm mai trả lại cho Vy. Hơi ấm này dành riêng cho một cô gái. Linh hồn này bị nhốt cầm trong hai bàn tay nóng sốt của tình ái, bị đốt cháy, thiêu rụi. Ngày mai. Vy sẽ về nhà này… nói tiếng nói đầu tiên bước đi đầu tiên, tắm gáo nước đầu tiên, soi tấm kiếng, nghe nhịp tim lạ, ngồi vào bữa ăn mới mẻ, ngủ yên trên chiếc giường mới, thức sau cơn ngắn ngủi dịu dàng, và sau đêm dài ấy Vy có quyền nhìn ngắm lại dung nhan mình, ôi những bãi cát thần thoại tuổi thơ đã bị những cơn sóng thần man dại làm trôi tan những dấu hài…

Đêm khuya khoắt tôi vẫn không tìm được giấc ngủ. Bửu đã chết một cách bí mật và kỳ lạ. Quyền bị cưa cái chân đột ngột quá. Đứa chết, đứa cưa chân, đứa cụt tay, đứa lạc loài. Khổ đau do đâu? Hạnh phúc từ đâu?

Hai giờ sáng tôi trở dậy đốt điếu thuốc, đêm mù mờ đêm trải rộng bên ngoài, Đán nằm bên trong thở đều. Hút xong điếu thuốc tôi ngả xuống cố tìm giấc… tôi trôi đi trong một cái biển đen khổng lồ, trong âm thanh không rõ nguồn.

**

Buổi sáng nhộn nhịp lạ thường, bà con Đán đến mỗi lúc một đông, tôi và Đán lấy xe chạy quanh một vòng tìm mua một vài món đồ cần thiết, Châu lo sửa soạn trong nhà, các chị lo bữa tiệc trưa, Ba của Đán và anh

Chung lo tiếp khách, mấy đứa nhỏ thay áo quần mới chạy nhảy vui chơi ngoài vườn.

Nắng sớm lên ngọt ngào làm tan hẳn cái vẻ ủ dột cơn mưa chiều hôm qua, bọn chim chóc về đậu trong những chòm cây, tôi nói với Châu ở Sàigòn mà thấy lũ chim vui nhảy trên cành là một cảnh hiếm có. Sàigòn chỉ có những tên nói láo nói phét, chỉ có du côn du kề, ma cô đĩ điếm, Sàigòn chỉ thấy rác rưởi ăn trộm và ống cống nước bẩn bể chảy.

Hơn mười một giờ tôi hỏi Đán, thế nào cậu định mấy giờ đưa đám cậu đây? Đán nói mười giờ thì qua nhà gái. Chúng tôi kéo nhau ra chụp bô hình kỷ niệm. Đức làm phó nhòm.

Đoàn xe chạy thẳng ra đường Lê Đại Hành, ngang trường đua ngựa, về cư xá Phú Lâm. Sàigòn sáng Chủ nhật sao xe cộ đông đảo như bãi biển mùa hè. Nhà Vy nằm trong cư xá sĩ quan, Ba Vy làm đại úy tòng sự tại Bộ Tổng tham mưu, ông là một sĩ quan già, hiền hậu, không có nét gì đặc biệt nhưng thoạt nhìn mọi người đều có cảm tình.

Xe dừng ở cổng. Có tiếng nhạc từ trong nhà vọng ra, âm thanh của / *tôi đưa em sang sông, chiều xưa mưa rơi âm thầm…* / Lạ. Rất lạ trong tình huống một lễ vu quy.

Chúng tôi dừng lại bên lề đường, nơi có đến gần mười lăm chiếc xe hơi bên nhà gái đậu san sát nhau, để sửa lại làn áo và tóc tai đầu cổ. Tóc tôi bờm xờm lại thêm đầu tóc của Đán cũng không kém gì nên có một cụ đi trong nhà trai đã nhìn tôi và Đán nói:

- Ông rể và phụ rể này, các ông mới ở Hoa Lệ Ước về phải không?

Họ trai đứng dưới nắng mai thành một hàng để cho ông phó nhòm Đức chạy lăng xăng chụp mấy tấm hình. Từ bên trong một vài tà áo xanh hồng lướt qua, nhìn từ khung cửa sổ, khuất sau lớp rèm mỏng. Một cây cổng dựng lên trên tấm bảng có ba chữ Lễ Vu Quy, hai bên có những tàn hoa giấy.

Tiệc cưới không chỉ diễn ra tại nhà gái mà cả bốn gia đình lân cận, điều này chứng tỏ thành ý và nỗi hân hoan của một số lân bang của gia đình Vy. Thực khách ngồi từng quầy san sát, bánh mứt, rượu hoa, nem chả, đàn bà con gái, những lính, những thanh niên, những nhạc, những tiếng cười vỡ tan, sáng và nhọn. Giữa cái tưng bừng đó tôi bị kích động, muốn hô hoán:

- Hỡi các người, nhân danh Thượng đế ta khen các người đã dành cho ta một bữa tiệc thật linh đình…

Đán đã kịp đẩy tôi vào phía trong, hai cô con gái đi trước mặt, Đán nói:

- Bây giờ cậu tha hồ ngâm thơ hay nói tàu nói tây gì đó thì nói cho vui, cấm không được nổi nóng nói khùng. Kìa, hai cô phụ dâu kia kìa.

Hai cô gái áo vàng. Một cô có khuôn mặt giống nữ minh tinh Hương Cảng, với cái sống mũi đặc biệt. Cô kia gầy, đôi mắt lớn và linh động, một dung nhan của mỹ thuật.

Nắng xuyên qua màn cửa một vài tia vàng nghệ. Bọn trẻ nít, em cháu Vy chạy tung tăng trước sân, nói cười thơ ngây. Trong thế giới phản chiếu của hồi tưởng, tôi bùi ngùi quay nhìn cái khoảng trống quá khứ. Tôi chẳng còn tuổi thơ, hai bàn tay này chẳng còn cầm nắm những viên kẹo những viên sỏi xinh xắn cuộc vui đùa. Lâu lăm rồi, hai bàn tay này đã vuốt lên những khuôn mặt chết giữa tang tóc, những khuôn mặt tình ái dở dang, những khuôn mặt đầy máu và nước mắt chiến tranh của bè bạn…

**

Vy tạ từ ông bà, giã biệt cha mẹ cùng những đứa em. Lên đường, Vy, có phải một vòm sông đã đến cửa bể, một vòm trời đã đổi khác, một bước chân bé nhỏ đã đặt lên con đường định mệnh kể từ giờ phút này. Tôi đứng phía sau hai cô phụ dâu, dửng dưng đưa mắt nhìn.

Đoàn xe trở về nhà Đán. Khi ngang qua một ngã tư tôi nói:

- Thôi cho tôi xuống đây được rồi, cho tôi về riêng rẽ đi bát phố, hoặc xem xi nê.

Tôi chẳng dự tiệc cưới để mừng vui, để gặp gỡ mọi người trong khung cảnh đầy hoa và rượu. Tôi trở về để từ biệt một người bạn, để nhận rằng từ nay một Đán đã bị loại bỏ khỏi cuộc bạn bè, bị đẩy ra khỏi hàng rào hè bụi giang hồ. Đã khóa đôi tay, nằm im trong cái vỏ sò bãi vắng. Không còn cái thuở bì bõm tắm sông, không còn cuộc lang thang hai ba giờ sáng ngoài đường phố, dốc cạn tiền túi để uống rượu một đêm, và ngày mai, cái ngày mai đó ra sao mặc kệ…

Vy ạ, ta về đây chẳng phải với một vài lời cầu chúc tầm thường như mọi người, không phải thế, ta về trong cái trôi vật vờ, trong cái bão tố vỡ tan của tuổi trẻ, trong niềm u uẩn chẳng tạo được cho nhau một khung cảnh để ngồi gần, để nối dài những gì yêu quí còn nguyên kỷ niệm. Ta về để nhận những mũi tên độc bắn ra từ hạnh phúc của những người thân yêu. Thế nào là một hạnh phúc. Có phải những từ biệt của kẻ khác để tạo nên hạnh phúc một đời người. Ta về làm một kẻ mất bóng trong cái hoang vu tận cùng của tình bạn, và từ nay Vy ạ, ta chẳng thể trở về, chẳng phải xuống một chuyến xe nào đó, lần theo một con lộ nào đó, để tự nhủ à đây nhà của Đán, chẳng phải dừng lại một ngưỡng cửa nào đó, ôm nhau trọn vẹn cái vòng tay nóng sốt chờ đợi của một thằng con trai… Thôi ta còn đi nữa, đi mãi, ta sẽ chết trong tuyệt vọng một đời tìm kiếm.

*Trảng Lớn 1970.*
*Vườn Cây Cau -2000*

# NGÀY TRỞ LẠI THÀNH PHỐ



Liên cho xe chạy chậm, rời con đường chính để men theo một con đường nhỏ, vắng người và nhiều bóng mát hơn. Liên nói gần tới biển rồi, gió mát quá, anh thấy sóng không anh, kìa, biển xanh ngát.

Hoán đưa mắt ra xa. Một khoảng biển mịt mùng, lẫn lộn với những mái tôn thấp vùng ngoại ô. Bên này là rừng dương lưa thưa. Bên kia, xa hơn một vòm biển, núi xanh biếc dựng lên... Hơi chiều như sương mù lãng vãng trên cao. Gió lộng ngoài khơi xanh, nắng quái lấp lánh phía đó. Hoán cũng thấy những cánh buồm như mấy cái chấm, mấy cột khói tàu bện neo ngoài xa, thầm lặng.

Đã lâu Hoán không có dịp về thành phố, không có dịp ra ngồi bãi biển. Chiều nay Liên nài nỉ anh ra ngồi trên ghế đá với cô ta: để nhìn mấy hòn đảo nằm lẻ loi ngoài kia, cũng đỡ buồn chớ anh.

Hoán sửa lại thế ngồi, một tay vịn chặt vào yên xe, một tay giữ cây nạng gỗ. Anh tì khuôn mặt mình vào lưng người em gái. Tóc Liên bay ngược về sau. Liên cho xe rẽ vào một đụn cát. Chiếc xe quay quay như sắp ngã. Hoán lảo đảo:

- Đừng có chơi cái trò đó, anh té xuống bây giờ cho coi, Liên.

- Honda mạnh lắm. Chạy trên cát được mà.

- Thôi, anh còn có một chân thôi cô ạ, Liên.

Chiếc xe như vui xuống cát, tắt máy bất ngờ. Liên chống một chân xuống nền cát, một tay cho về phía sau như thế đỡ hộ cho Hoán, nói:

- Em tính chạy tới cái ghế đá kia chứ. Ngồi ghế đá đó nhìn ra biển thì tuyệt. Ngừng từ đây làm sao anh có thể đi tới đó. Chờ em, em dìu anh đi nghe.

- Thôi, tôi đi một mình được, cô để tôi. Cô mà dìu.

- Em không thích anh cãi em hoài. Hồi nãy ở nhà anh không muốn em chở anh đi. Anh nói để anh đi bộ. Xì, may mà anh đi bộ chắc anh đi vào bệnh viện một lần nữa quá.

Hoán đã bước xuống xe. Chưa quen đi nạng gỗ trên cát, lúc đầu anh mất thăng bằng vì chiếc nạng lún xuống cát quá sâu. Hoán chống nạng yên một chỗ cho khỏi ngã, nhìn ra ngoài biển xa: trời sương mù, mấy cánh buồm li ti.

Liên đẩy chiếc xe lại dựng bên cạnh một cây dương rồi vội vã chạy lại dìu anh đi. Cả hai đến ngồi trên chiếc ghế. Chiếc ghế vắng vẻ nhất cuối bãi. Phía trên kia là cảnh ồn ào náo nhiệt với những quán nước, những bar, những chiếc dù che nhiều màu sắc sặc sỡ cắm ra tận nơi thủy triều đập vào. Phía đó đầy ngoại kiều và những người lính Việt Nam mặc nguyên cả quân phục chiều chiều tan giờ ra đó uống nước, đi dạo.

- Anh trở thành một vị anh hùng rồi. Theo sử ký, anh trở thành một vị anh hùng.

- Thôi cô đừng mỉa mai tôi hoài. Tôi chỉ dậm phải một trái mìn. Tôi không nghĩ gì khác hơn tôi đã tàn tật.

- Nếu anh ngồi nguyên một chỗ như thế này, trên ghế đá này không ai thấy anh tàn tật. Đây, hai chân anh vẫn còn hai chiếc giày.

- Nhưng tôi làm sao có thể ngồi một chỗ suốt đời. Tôi chưa thể chết từ đây.

Cả hai anh em đều nhìn bâng quơ vào khu rừng trống phía dưới. Một vài thiếu nữ chạy xe Honda len lỏi giữa những hàng cây. Có cậu thanh niên cho xe chạy sát theo ngọn sóng, y như trong màn ảnh người ta quảng cáo một loại xe Nhật.

Trời ngã chiều. Biển trở màu tim tím.

- Em thích chạy xe như tụi nó không?

- Khỏi nói đi.

- Những ngày ở tại thành phố em làm gì?

- Thì em đã biên thư cho anh đó, em đi học, chiều chiều đi vòng quanh phố, cho xe ra bãi biển. Anh à, có khi em chạy đua với tụi nó. Đà Nẵng bây giờ vui quá hả anh?

- Với anh Đà Nẵng không vui. Phố thị ồn ào nhưng tàn tạ. Đà Nẵng, con gái mất những thói quen đáng yêu, có thêm những thú vui đáng buồn.

Liên ngồi sát người vào anh hơn. Hai mắt nàng sáng, tuổi trẻ như được thắp cháy trong đó. Liên nói:

- Người ta có thể buồn nhưng người ta không thể trách cứ thân thể mình. Ngày trước anh yêu thành phố này như anh yêu thân thể anh. Thân thể anh bất toàn rồi đó. Thân thể của một vị anh hùng đó mà...

Hoán đổi giọng:

- Em chở anh đi chơi một vòng coi thử.

- Anh mau thay đổi quá hà. Mới cấm em chạy trên cát, bây giờ anh bảo em đưa anh đi chơi trong rừng cát.

- Ngồi đây thấy buồn quá.

- Làm gì anh vui được. Em thấy không thể làm gì cho anh vui được.

Liên khẽ hát:

*"Ngày trở về có anh thương binh chống nạng cày bừa, vì thương yêu anh nên ngày trở về có con trâu xanh hết lòng giúp..."*

- Thôi, cô im đi, Liên. Tôi không muốn sống trong ảo tưởng như cô. Trước tang thương quá quắt, trước cuộc đẫm máu hoang vu ông nhạc sĩ muốn biến tất cả đám bụi đen trở thành những huyền thoại yêu kiều. Cô im đi. Cô đến hát cho mấy cây dương kia nghe kìa.

- Em hát cho chúng nó nghe hoài hoài. Những ngày anh không còn ở trong thành phố này, những ngày em nhớ T., những ngày nghe anh nằm trong bệnh viện em ra ngoài bãi biển này, đi rong dưới hàng cây đó. Em không hát cho mình nghe. Em hát cho mấy hạt cát, cho mấy ngọn cây. Có khi em bắt một con còng trên tay, em đi dọc bãi cát, em hát cho con còng nghe.

- Con còng có biết buồn đâu.

- Có chứ anh. Nó khóc. Em thấy nó khóc trên bàn tay em.

- Cô lãng mạn quá. Cô mất trí rồi.

Liên hát to lên và tự nhiên cười cay đắng.

- Cô điên à, Liên, cô điên rồi đó phải không?

- Ern không điên. Em thấy mình trơ trọi. Tại sao anh chỉ còn có một chân và T. thì bị một viên đạn vào đầu?

Hoán bồi hồi, giọng chùng xuống:

- Em còn nhớ đến T. à?

- Em không cố để nhớ T. nhưng em không thể nào quên được. Hình như người chết đi làm chúng ta nhớ họ. Nhiều buổi chiều thật vắng, ngồi một mình ngoài này em thấy T lặng lẽ đi phía kia. Nước da T. thật trắng mái tóc thật bồng, ngọn gió nào đưa hơi thở của T đến đây làm em ngây ngất.

- Đừng đùa dai. Hắn đã chết rồi.

- Thật mà, em thấy T. đi hoài hoài trên đụn cát này. Anh đứng trong rừng dương. Nhiều lúc em cố đến gần T. nhưng T. như một hạt sỏi. Nhặt lên tay rồi em có thấy gì đâu nơi hạt sỏi.

Hoán như nói một mình:

- Ngày trước chúng mày yêu nhau và chúng mày dại dột.

- Thôi anh đừng nói nữa.

- Tao cũng không định nói nữa. Tại mày nhắc tới đó. Đời chúng ta chôn vùi biết bao câu chuyện đáng nói. Thôi im hết cả đi. Có gì đâu.

- Có tất cả chứ, nhưng thực ra nó không còn gì cả.

- Hắn chết rồi. Thôi im đi.

Một con tàu nhả khói trên vòm biển. Con tàu tiến về phía núi Lăng Chiểu. Đường đèo Hải Vân tun hút.

Giờ này chẳng còn xe nào qua đèo. Giá ngày xưa trong phút này, ngồi nơi đây, đã thấy từng đoàn xe đổ xuống đèo, đèn sáng nối nhau như một đám rước đèn giữa rừng.

- Em không định chở anh ra đây để nói quanh quẩn những chuyện không đâu. Lâu lắm rồi em không được theo một người con trai ra ngoài bãi này. Em chưa nghe một giọng nói nào thật êm ái.

- Liên, cô nhớ cô là em gái tôi.

- Dầu cho là em gái anh, em cũng cần anh như cần một cái mốc để từ đó em không còn thấy trơ trụi. Các anh không làm gì cho em gái các anh vui hết. Bây giờ thì em thấy trơ trụi.

Hoán cầm chiếc nạng gỗ đặt ra phía sau. Một người lính Mỹ mặc quần xì líp, khăn quàng trên cổ, ôm một người con gái Việt nam cười rũ rượi. Họ tiến ra phía rừng đã tối.

Hoán nói:

- Chính anh cũng trơ trụi. Anh xoay quanh trên số phận bất toàn của anh. Anh không muốn trở lại thành phố này. Ngày nằm trên núi anh muốn có một cái giấy phép để nghỉ ngơi, nhưng khi bị thương nằm suốt tháng trong bịnh viện anh mới thấy nỗi thống khổ cô đơn của mình... Thật ra chúng ta không hiểu chúng ta muốn gì. Có một tinh cầu nào khác, may ra...

- Ồ, anh là thi sĩ, anh luôn an ủi mình bằng một thứ chuyển hóa lạ lùng. Với em, tụi em phải tính toán ngay đời sống mình với những ngày sắp tới, trước mặt.

- Tính toán những gì?

- Em cũng không biết nữa.

- Rõ các cô tham lam.

- Thôi đừng nói nữa anh. Thôi.

Hoán ngồi duỗi thẳng hai chân ra. Anh vỗ vỗ lên cái-đùi-vế-có-thật của mình, nói:

- Ngồi mỏi chân quá. Cái chân ni lông kia thì không bao giờ biết tê hay mỏi. Chẳng lẽ anh phải ráp vào cả hai cái chân bằng ni-lông.

- Chân ni lông có làm nên tích sự gì.

- Có chứ. Có chân ni lông anh mang giày được, chỉ cần mỗi một cây nạng hay cây gậy thay vì dùng một lúc hai cây nạng. Nhiều đứa bạn anh sau khi ráp chân ni lông vào chúng nó có thể đi xe gắn máy hay xe đạp được.

- Sao ngày trước người ta không ráp một cái đầu ni lông vào cho anh T. ảnh sống. Em chỉ cần ảnh sống thôi. Cho em thấy ngày ngày như thấy anh.

- Thôi im đi. Hắn chết rồi.

- Sao trung tâm chỉnh hình không ráp cho ảnh cái đầu ni lông?

- Cái đầu ni lông phỏng ích gì?

- Nhưng em được sờ vào đó, như được sờ vào cái đầu gối nhựa cứng cứng của anh.

- Thôi câm mồm đi. Mày điên à. Hắn chết lâu rồi.

Đèn thành phố một loạt bật lên phía sau. Đêm thực sự. Trăng lưỡi liềm nằm ngoài biển. Gió thổi mạnh hơn, lồng lộng.

- Anh ngâm thơ cho em nghe đi anh.

- Thơ anh không giúp được gì cho anh hết. Thơ nó làm anh chảy máu châu thân. Thơ làm anh thấy vết thương anh càng trầm trọng.

Thà ta được làm người ngu si. Ước gì có một trái tim khô.

Một đôi trai gái đi men theo cánh rừng dương, về hướng ánh đèn sáng trên các quán giải khát. Người thanh niên vận bộ quân phục. Thiếu nữ vận áo dài, tóc xõa dài, tay ôm một cái kẹp da. Chắc cô ta từ trường học ra ban chiều, mãi nói chuyện với tình nhân, bây giờ còn ngoài bãi vắng.

Xa hơn, những chiếc ghế dài được mang ra tận ngoài bìa nước. Từng hàng ghế một số người đã nằm soải mình trên đó. Mấy con tàu dừng hẳn bên kia chân núi. Một khoảng biển sáng lên phía Lăng chiểu.

Hoán ngâm khẽ nấy bài thơ mình vừa làm cho em gái nghe. Liên ngồi hai tay khoanh về phía trước. Cô nghĩ đến câu chuyện một thương binh ngày trở về dẫn em gái lên ngọn đồi xưa, người anh ngâm thơ khi người em gái hái những nụ hoa vừa nở ra chum chúp. Ngày đọc câu chuyện đó Liên thấy cảnh như một cảnh ở đâu trên thiên đường, thơ mộng và ý nghĩa. Nhưng ngay giờ phút này, anh nàng đã trở về. Chỉ khác nhau cái bãi biển và ngọn đồi nhưng hồn Liên đã thấy khác nhiều; em như phải đối đầu với một niềm đau vô biên, một sự gì trống rỗng tang thương khó giải nghĩa. Đây không phải là một bài thơ chiến thắng của người thắng trận trở về. Càng không là bài thơ của một người đi theo tiếng gọi và trả xong tiếng gọi. Đây chỉ là, em chỉ thấy là tiếng trầm thống, một hơi còi tàu cuối cùng trước khi tàu phải lướt qua trái mìn và nằm vĩnh viễn dưới chân cầu.

- Buồn quá đi anh.

- Em hát cho anh nghe đi.

- Thôi để em đi lấy nước cho anh uống. Ngồi đây em khóc quá.

-Em coi chừng lính ngoại quốc đứng đầy trên bãi đó.

- Em chì lắm mà anh.

Liên đứng dậy cầm theo cây nạng. Liên giả bộ chống cây nạng đi cò cò. Hoán nói:

- Lại nghịch. Để cây nạng đó cho tôi. Có việc gì tôi còn chạy được. Để đó cho tôi.

- Anh phải ngồi đó, không đi đâu hết. Anh đi người ta thấy anh tàn tật.

Liên đi khuất một rặng dương rồi ra phía biển trước khi vào quán nước. Chắc con nhỏ nhớ mấy con còng. Liên vác cây nạng lên vai, chạy thoăn thoắt theo đám bọt sóng đang lăn tăn trên cát. Hoán nhìn về phía Liên rồi nhìn về phía những đám mây thâm thấp. Hoán nằm dài trên ghế đá. Trăng lưỡi liềm nhợt nhạt trên nền trời lạnh lẽo. Tinh tú chạy lang bạt. Cả vũ trụ như đang lao xao theo một sự thu hút nào vô nghĩa.

Hoán thấy thương em gái vô cùng. Ngày xưa mỗi tối mùa hè anh vẫn thường cùng em ra bãi chạy tung tăng trên những đám lân tinh, đuổi bắt những con còng, xây những cái lầu cát để chờ nước thủy triều vào làm tan đi. Những ngày đó. Những ngày đó trôi qua. Những cái giếng nước trên bãi năm xưa giờ không còn thấy. Cái miếu thờ Thần cá voi giờ không còn thấy. Rặng dương kín đáo giờ đã trống trải. Da thịt, hơi thở, bóng dáng anh em phút chốc tan thành thinh không, mất hút, biến đi vội vã như một làn khói không màu sắc.

Bây giờ Hoán không còn hai bàn chân để chạy theo cơn nước thủy triều như Liên. Không còn những nao nức trẻ dại hoang đường như ngày nào. Không còn những buổi sớm thức dậy ra nhìn phương đông rịm rịm, đi dọc theo bờ cát lạnh lạnh, thủy triều đã ra xa. Thủy triều buổi trưa mới lên đây, mới làm đầy thêm biển.

Hoán nằm trên ghế đá, lim dim mơ màng... ngày hôm đó Hoán nhận được lệnh gọi về Tổng cục Chiến Tranh Chính Trị. Bạn bè nói với anh mày coi chừng đấy, những thằng sắp được biệt phái là những thằng tận số. Thì sĩ như mày ăn nhằm gì. Y Uyên chết cái đầu gối trên bờ suối, hai tay ôm đất mẹ, chỉ có đất là người tình chung thủy, có một khi chúng ta ngất ngư. Mày coi chừng đấy. Trần Như Liên Phượng, Dũng Chinh. Y Uyên, sao đi vòng quanh lâu quá chưa về... bè bạn hù như thế nhưng Hoán không buồn, anh vui mừng khấp khiễng... và anh dẫm phải một trái mìn. Anh dẫm lên một tiếng gọi quá lớn, biến anh thành một người tàn tật... Hoán nghe có hơi người bên cạnh mình. Anh trở dậy và đụng phải một người con gái. Hoán hoảng hốt. Điện giật anh nhổm dậy. Người con gái nở nụ cười:

- Anh Hoán, sao anh nằm một mình ngoài bãi khuya thế này?

Hoán sực tỉnh nhớ ra ngay người con gái đang ngồi cạnh anh:

- A, Diễm.

- Em có cái tên khác rồi.

- Tên nào khác?

- Tên Jackie, chồng em đặt cho em.

- Em có chồng rồi?

- Vâng, một ông thiếu tá Mỹ. Hắn ngồi trong quán kia kìa. Ngày em nghỉ học có đứa bạn em khóc. Chúng nó nói sao mới học đệ tứ mà thèm Mỹ. Em không trả lời. Em không thèm nhưng em cần Mỹ. Bố em ho lao nằm trong bệnh viện. Người anh duy nhất của em đã tử trận. Em không biết dùng sắc đẹp của em làm gì. Em đem bán. Có được không anh? Sao anh nhìn chòng chọc vào người em vậy?

- Anh thấy em khác xưa quá.

- Cả thành phố này khác xưa chứ không riêng gì em khác xưa. Em vẫn thương yêu anh như ngày nào còn nhỏ. Em nói thực với anh hết đó. Anh muốn hiểu em thế nào thì hiểu. Em vội vàng quá.

Hoán buồn buồn:

- Em còn nhớ Liên không?

- Nhớ, em còn nhớ Liên. Nhưng tụi nó khai trừ chúng em.

Anh ạ, từ khi em về với người Mỹ cái gì em cũng bộc bạch vội vàng. Người Mỹ không cần những gì thâm trầm hay kín đáo. Ghét định nghĩa quanh co và rào đón.

- Tại sao em nói với anh những điều đó?

- Tại vì em sợ anh khinh em. Với anh em không thể nói dối. Dối làm gì với một người mà em biết nhớ thương năm em mới mười lăm tuổi. Bây giờ…

- Đừng nên đi xa hơn, Diễm.

Hoán quay về phía quán nước. Diễm hiểu ý nói:

- Robert tốt lắm anh. Hắn không ghen bất tử hạ cấp như những thằng khác đâu. Nó mê em lắm. Nó hứa mang em về Mỹ. Đòi mang em đi sửa sắc đẹp nhưng em không chịu. Em nói với hắn tao đẹp thế này đến cha mày cũng mê tít nữa là mày. Nó bảo em đi làm cái ngực cho lớn thêm tí nữa…

Hoán rùng mình. Con bé Diễm năm xưa đã hoàn toàn lột xác. Nó trần truồng ở đây đáng thương như một con vật khốn khổ.

Có bóng Liên từ trong quán đi ra, dọc theo rặng dương. Nhưng dường như thấy có người ngồi với anh Liên vác cây nạng lên vai đi ra phía biển đầy sóng. Trăng sáng nhờ nhờ, hoang dại.

Diễm nói:

- Cả thành phố này đổi khác chứ không phải một mình em khác. Bộ anh tưởng em không buồn hả. Em đã khóc mấy đêm liền với Robert trong căn phòng có máy lạnh. Em hưởng từng cơn khoái lạc đầy người khi cha em nằm co quắp trong bịnh viện. Anh của em cháy thui từ lâu. Em đẻ ra tiền và người cha đau thương của em được sống nhờ tiền. Tiền.

- Em không nghĩ như thế là sa đọa?

- Không, em không sa đọa. Người ta nghĩ hẹp người ta nói em là một đứa con gái lấy Mỹ. Nhưng với một quan niệm khác, em chỉ là một con người lấy một con người. Một thứ cái về với đực. Chỉ có thế.

- Em có biết em đã mất tất cả?

- Em mất hết tất cả. Nhưng giữ gìn như các anh, các anh có còn tất cả không?

- Anh choáng váng mất.

Hoán như lảo đảo xâm xây. Diễm đỡ nhẹ người Hoán. âu yếm:

- Anh, anh làm sao thế này… anh, anh đi vào trong quán này với em đi. Ở đây lạnh lắm.

- Không, anh chỉ ngồi đây. Cho anh ngồi mãi đây.

- Vào đây em giới thiệu anh với chồng của em. Rồi chúng ta cùng uống rượu. Rượu may ra làm anh ấm.

- Không.

- Anh, em van anh... em cần đi với anh. Em thèm được một chút gì của anh.

Hoán chán nản:

- Em về với Robert đi. Để cho anh yên.

- Anh, anh đi với em. Có thể em sẽ về với anh ngay lúc này. Anh nghe em... anh Hoán. Sao anh xanh lét thế này. Sao anh nhìn chòng chọc vào em thế này.

- Thôi im đi, hắn chết rồi, đừng nói nữa.

- Hắn là ai. Anh của em chết rồi đó. Ngày xưa anh thường đi chơi với anh Hiền của em lắm. Ồ Robert đợi anh kia kìa.

Diễm tựa sát người vào Hoán. Cái ngực nóng hổi kê vào người thương binh tàn tạ.

- Anh Hoán, đứng dậy đi… Ồ mà sao thế này, cái chân anh cứng ngắt.

Diễm sững sờ nhìn vào đôi mắt đờ đẫn của Hoán. Một bàn tay Diễm bóp cứng vào phần chân ni lông ngay đơ.

Đêm xuống mịt mùng ngoài khơi. Mấy đốm lân tinh bây giờ hiện rõ trên nền cát. Hoán ngã người lên thành ghế. Mồ hôi vã ra đầy trán. Diễm hất mớ tóc về phía sau. Tay vẫn nắm chặt phần –người-bằng-ni-lông của Hoán. Diễm hôn nhẹ Hoán nói hao hụt. Lời của Diễm bây giờ mới ướt sũng như một cơn mưa đã chín khi mùa tới từ lâu:

- Anh ơi, làm sao anh phải mang cái chân ni lông. Anh không còn gì. Anh tha lỗi cho em đã làm anh buồn. Anh...

Diễm ôm siết người Hoán. Nàng khóc.

Ngay lúc đó có bóng một người Mỹ đi về chiếc ghế đá. Người Mỹ huýt sáo miệng. Hoán tưởng như người Mỹ kia đang hát một bài ca lưu đày Diona.

*(Khởi Hành số 8 ngày 19-6-1969)*

# KẺ NGOẠI LAI



Mãi đến buổi sáng hôm đó, nhiều tháng ngày sau Iris, trong đầu óc chú Tư khi đi ngang qua chợ Phú Nhuận, chợt thấy mụ hàng thịt ngồi với mấy cân thịt tim tím, bầy ruồi xanh bay vo ve, mùi súc vật chết dậy lên ngai ngái, mùi thích hợp nhất cho một cơn buồn nôn – một quá khứ kinh hoàng chợt thức giấc, thịt bò thức giấc. Quá khứ: người ta đã ăn toàn thịt súc vật chết từ miền núi nguồn trôi về, suốt những ngày Iris gieo thảm họa.

Iris đã mang về biển Đông trên ngàn xác người, và để lại trước mặt Tư hằng trăm con vật chết. Đám thôn dân mang dao mác ra cánh đồng chết mổ thịt những con vật đã nằm yên tĩnh trên lầy bùn. Người ta nấu, luộc ăn một cách ngon lành. Đói. Vì chẳng còn thóc lúa, tất cả đã trôi đi, bốc bay; người ta chỉ còn, chỉ có thịt trâu bò, sống nhờ xác những con vật chết, có thể hôm sau bắt đầu thối, và thiêng.

******

Ngay giữa nền nhà một xác bò đã từ đâu trôi về. Sau chái hè một con bò cắm đầu xuống khoảng bùn lầy. Nửa đêm Tư thức giấc, dạo chơi trong không gian có những khối thịt mềm, trăng soi trên xác trâu bò, ánh sao loang loáng trên mấy cái sừng thiêng láng nhẫy. Có thể, từ bên này khung cửa, trong không gian chiều rỗng, cơn bão vừa lặng, nhìn qua bên kia chân cầu heo hút – đám lính địa phương ốm gầy cũng sống qua ngày nhờ thịt bò. Trên cánh đồng lạnh lẽo tanh tanh, Iris vừa tàn nhẫn đi qua, Tư có thể đếm được hàng trăm xác súc vật, như tảng đá nâu, có tảng màu đen, bất động, những đá tảng có hai cái sừng cong, nhọn.

Không bao lâu sau, khi những đá-tảng-có-sừng bốc hết mùi, vì thịt đã từ lâu trôi rữa, chỉ còn trơ cái khung xương. Bấy giờ, bầu trời sau cơn bão dữ, đã trở lại màu nắng, không gian rộng hơn, cỏ bắt đầu xanh màu mạ trên những thửa bùn khô ráo, đám thôn dân đi rảo đó đây, cả trong những cách rừng thưa, gom nhặt xương trâu bò. Đám xương khổng lồ này được bỏ vào những cái thùng phuy, người ta đun lửa nấu chúng trong nhiều ngày đêm. Khi xương đã rục mềm, chúng được đổ vào những chiếc chảo nhỏ hơn. Lại đun nấu một thời gian nữa, cho cô đặc. Gọi rằng "nấu cao", như người sơn cước nấu xương cọp, gọi là cao hổ cốt.

Những nồi cao bò trâu này được rót vào những cái khung nhỏ, đóng gói bằng lá chuối non theo cách dân dã. Lúc này cao vừa dẻo vừa mềm như một loại kẹo dừa. Người thôn quê mang ra phố thị bán cho các thầy đông y, hoặc các nhà buôn đông dược bắc nam. Các nơi văn minh đóng gói loại cao trâu bò này bằng giấy màu, bọc ni lông, vào thùng cát tông, đóng nhãn hiệu màu sắc đẹp đẽ, bán đi khắp nước, gọi dỏm rằng cao hổ cốt, loại thuốc bổ thượng thặng; với giá một vốn mười lời. Đấy, con bò chết vẫn còn là một khởi nguyên cho những màn lừa mị.

**

Kể ra, Iris đã tàn phá khủng khiếp, đê điều vỡ tràn, cầu cống gãy sụp, nhà cửa ruộng vườn trôi tan, cả những ngọn đồi thấp càng trở nên thấp hơn trước vì nước dữ phăng đứt ngọn đồi. Nhưng trong cái bóng tối tai ương ấy, dân chúng quê tôi được những ngày ăn thừa chất đạm, dù thịt trâu bò chết. Lại thu được một khoản lợi nhuận không nhỏ từ cốt xương nấu cao bán ra phố thị. Người ta xây lại nhà, mái tranh trở thành mái ngói. Lúc leo trên mái để lợp mái nhà, người ta thường nhìn thấy bên dưới, trong nắng soi nền nhà, là chiếc bàn thờ mới lập chút hương khói, đang thờ người thân thương vừa chết nước. Xác có thể trôi theo sức cuồng dữ của sông đưa đi, ra biển một đoạn xa rồi sóng biển lại dập dềnh đưa xác trở vào bờ.

Sau bão lụt Iris bạo tàn – mà thằng sinh viên, cháu chú Tư đã giải thích một cách lếu láo theo ngôn ngữ văn khoa của nó, rằng: "Đấy là một hình phạt mà Đấng tối cao muốn chúng ta biết thế nào là tai họa và phải biết đến uy danh Ngài" – Tư đã nhất mực lìa bỏ quê nhà.

Cái thằng văn khoa đại học sau đó ít lâu, bị động viên vào trường Thủ Đức; ra trường võ bị mang lon chuẩn úy, xởn xác lên biên giới đụng một trận chiến có xe tăng trọng pháo, rồi máu tự trong cái người nó phọt ra, cái đầu trên cần cổ tự gãy lìa. Hôm mang cậu văn khoa về tống táng, Tư khôi hài nghĩ: "Không ai nấu cao cái khung xương có chữ nghĩa. Nếu mà đem xác cốt bao người chết vì khổ nạn đạn bom lìa chia bắc-nam, mà nấu cao như cao trâu bò, rồi giả dạng cao hổ cốt bán ra thế giới. Khoản lợi nhuận thu vào có khi trùng tu được thân phận hẩm hiu hàng triệu con người đang sống lây lất trên trái đất. Nhân nghĩa ở chỗ, nấu cao xương người chết nuôi người sống."


II


Việc lìa bỏ quê nhà, nơi có chôn cái rốn nhau còn máu sơ sinh lúc lọt lòng mẹ, là nỗi đau khôn cùng, nhưng Tư hiểu là không thể nào sống thêm một ngày trên quê hương đã rặt màu địa ngục, tâm linh què quặt, bám trôi trập trùng cơn mơ không đầu đuôi. Không thể lê lết trong một hoang tàn chỉ thấy toàn nghĩa địa, trống rỗng vì thủy thần tàn độc đã cuốn sạch nguồn sống, chiến chinh đã thổi trôi tất cả mầm tươi. Nơi đây, giờ này, đi bao dặm đường cũng khó tìm một nụ hoa, nụ cười. Chú nhớ rõ đêm buồn bã. Trời đất trở dạ, gió rao báo bão. Sóng biển Đông dội về những chấn động lạ thường. Từ xóm trên lão Truyện mang cây đèn bão xuống báo cho Tư biết đài phát thanh đang loan tin có một cơn bão lớn, có tên là Isis.

Trời tháng mười luôn gió mưa. Là tình chung giữa trời với người, nghĩ vậy, nên Tư chẳng lo lắng gì cho lắm. Đài khí tượng lâu lâu phóng ra vài cái tin giật gân có bão, bão đang tới. Ngư dân vội lao thuyền vào bờ, gồng gánh của cải con cái lên đồi nương. Rồi chả thấy một cơn bão dữ nào cả. Thành quen. Cho nên đêm ấy Tư ngủ ngon, khi bên ngoài trời đất đang mai phục bão lũ.

Gần sáng, Tư tức tốc thức giấc vì cơn nước trút đổ ác liệt chưa từng thấy. Mưa như sấm nổ trên mái nhà. Gió tứ bề điên rít. Như từ đâu lòng núi, từ đáy biển, dưới sâu ruột dạ địa cầu bão gió nứt toạc ra. Cả vườn cây bị nhổ gốc. Kèo cột rui mái đứt tung. Cái núi cái sông cái mặt đất vững chắc bây giờ điên đảo. Cái bồ lúa nặng chịch bốc nhảy như con bò điên.

Một màu trắng nước ngập kín không gian. Những chiếc xuồng lẻ loi băng qua con đường cái quan để tải người cứu nạn. Đám lính trấn giữ cái lô cốt đầu cầu bỏ cầu. Tất cả trèo lên đỉnh một ngọn đồi, ôm súng đợi trực thăng đến tiếp cứu. Xế chiều, đã bắt đầu nhìn ra có những xác chết trôi lềnh bềnh giữa dòng.

Tư ngồi vào cái thúng chai cùng vợ con chèo về chân đồi cao khi nước đã ngập đến mái tranh nhà, vào khoảng hai giờ chiều. Bất ngờ, thúng và người qua chỗ nước xoáy bị lật úp. Tư ôm chặt đứa con, bơi một tay chống chỏi với sức nước. Người vợ trôi nhanh.

Mấy ngày sau khi cơn lụt đã rã, Tư mới có đất để chôn người chung thủy. Không ai dám khâm liệm cái xác đã bốc mùi. Chú cầm cây gậy khều khều vào cái xác. Người đàn bà như được làm bằng một thứ đồ bột nhão ghê ghê. Tư phải can đảm lắm mới làm được cái việc quấn vải cái xác nhão, bó ngoài bằng một chiếc chiếu, thay cho áo quan. Chú bệu bạo nói mình ơi mình, khổ ải quá mình ơi, ông trời ổng giết mình chứ tui có bao giờ phụ tình. Ngày nay mỗi lần nhớ vợ xưa, chú Tư ra quán cóc uống một ly rượu đế Gò Đen. Mùi nồng vị cay có thể làm phai cái mùi dĩ vãng âm âm thịt người.

**

Chôn vợ xong, Tư gửi đứa con sống sót cho Trại tế bần của Phật giáo nuôi dưỡng. Bán vội mấy thửa ruộng, thu vén ít của cải, lên đồi thăm mộ tổ tiên. Tư khấn vái, con đi là đi luôn, bái biệt đất đai cỏ mộ.

Thật ra Tư không là một người vô đạo. Mấy năm trước chính phủ kêu gọi đi lập nghiệp ở khu dinh điền Bình Tuy, hoặc đến vùng Quảng Phú của Buôn Mê Thuột, những nơi ấy đất đai phì nhiêu, dân chúng thưa thớt, điều kiện làm ăn dễ dàng, chính phủ sẽ tài trợ toàn bộ cái sống cho hai năm đầu lập nghiệp. Dễ sống quá. Vậy mà Tư nhất định không chịu rời bỏ quê nhà. Vì lưu luyến vườn rau cây cải, còn nghĩa vụ hương khói ông bà. Ra đi, chỉ nhớ ngọn gió nồm, cái nắng hanh Trung Việt đủ ray rứt tấc lòng. Nhưng ngày nay sự thế quá khắt khe. Cái chết đã tìm mọi cách đến với con người rồi. Không chết vì lý tưởng thì cũng ngỏm vì đếch có lý tưởng. Không chết vì ôn dịch thì cũng mòn dần với ám ảnh, kỷ niệm trong tâm can.

Ngày lên đường Tư buồn đứt bóng. Muốn ôm gốc cây gòn cây cau mà tâm sự. Chú xuống cuối xóm ngồi bên đứa cháu gái, con Xìn, khóc mùi mẫn. *Xìn ơi, đời tao chưa bao giờ tao khóc. Hồi đi lính thợ ở bên Tây bị mấy thằng Tây đen say rượu rượt đánh, tao còn dám đánh lại, cháu à tao chưa bao giờ biết khóc.*

Con Xìn, đứa cháu gái, ngồi thái thịt bò. Được lát nào nó cho ngay vào nồi nước đang sôi. Nó nuốt cái thứ thịt tai tái. Nó đói. Nắng mùa đông buồn vợi. Gió mù nắng lùa trên con đường quê heo hút.

## III

Một chiều, Tư đón chuyến xe muộn, ra Đà Nẵng. Trọ lại một đêm. Đèn ra-đa của quân đội Mỹ trên đỉnh Sơn Trà buồn lạ. Một đám lửa lẻ loi giữa đêm đen. Một con mắt soi thầm, tìm tòi trong đêm quê nhà.

Trong tịch lặng phố phường giờ giới nghiêm, những tiếng rú gầm từ loạt phóng pháo cơ cất cánh rời phi trường. Tiếng phản lực cơ xa dần qua bên kia đèo Hải Vân, hướng về phương bắc để trút bom xuống xóm làng, phố thị. Xe nhà binh chuyển bánh, cuộc hành quân về hướng ngoại ô. Đêm quê nhà đã rất tối tăm, bị chiếm đoạt bởi những hoang mị, hủy diệt.

Hôm sau Tư lên xe vào Nam. Đến Qui Nhơn trời vừa tối. Nhìn núi Tây trùng trùng hoàng hôn Tư muốn khóc. Buồn hơn cả thuở xưa xa, thời đệ nhị thế chiến, khi được quân đội Pháp đưa tới vùng biên giới xa lạ trong chiến tranh Pháp Đức. Hồi ấy chú là tên lính, mang danh lính-thợ-da-vàng, đi góp máu trong thân phận con dân xứ thuộc địa, phục vụ vì Đất Mẹ da trắng.

**

Sài gòn. Tư khăn gói vào trọ tại nhà một người quen biết tại Ngã tư Bảy Hiền. Lại tủi thân một lần nữa. Những người bà con xứ Quảng đã khôn ngoan rời quê hương sớm, bây giờ đã có cơ ngơi, ai nấy giàu có. Hàng khung cửi dệt vải máy chạy lanh canh, rộn rã suốt ngày cũng là một thứ ngôn ngữ mỉa mai sự lạc loài muộn màng của chú. Buổi trưa cùng một người bạn ra quán cóc ngồi uống chai la de, Tư nổi khùng chửi đổng:

"Đ.m. hồi kia hay vầy tao ở bên Pháp. Biết số phận đi đâu cũng làm phu phen thà tao làm phu phen trên bến tàu xa lắc. Ở bên đó tao kham không nổi cái nhìn kẻ cả của tụi da trắng, tao mới về. Con tàu há mõm nhả tao ra ở bờ biển Đà Nẵng. Hồi này cách mạng thành công. Tao nắm nắm tay đưa lên ngang mái đầu chào cái chào Kách mệnh. Nhưng rồi đâu có được sống trọn vẹn. Số phận là cái hột súc sắc bụm tay đổ loong coong trong canh bạc. Bây giờ thấy rõ tao là kẻ ngoại lai. Đi đâu bây giờ. Tao chỉ là một tên cu ly trên năm mươi tuổi đầu."

Tư làm thợ hồ. Từ đấy có cái tên Tư thợ hồ thay cho tên cúng cơm Tư Bằng. Tư không chú trọng đến cái danh xưng. Chú nói, người ta là vĩ nhân, là văn nhân, thi sĩ mới chọn một cái tên rồi giữ gìn tên tuổi. Mình vô danh, gọi gì chả được. Có khi mất cái tên là mất bớt đi một nỗi tủi nhục.

Tư cũng lịch sự, thông thạo nhiều thứ lắm, bởi đã từng sống bên tây mấy năm. Chú kể, thuở lưu lạc có một con đầm mê chú. Đấy là một con đầm lùn có phần điếc lác. Nằm chung với mụ đầm, chú như mắc kẹt giữa một bị thịt. Bây giờ ngồi trong quán cóc Bảy Hiền, Tư hãy còn nghe phảng phất mùi con đầm lùn điếc chen lẫn cái mùi bò Iris. Chỉ khác, là mùi một con vật nữ trần truồng trên giường ngủ với mùi một con vật chết trần trụi chỗ đầm lầy.

**

Mùi thịt và màu dĩ vãng là hai ám ảnh đeo đẳng Tư thợ hồ. Ngày làm ăn vất vả, đêm quái mị, hình ảnh hai người vợ, qua hai thời kỳ, lại hiện ra. Con đầm lùn có lần bị rượt đánh nằm sòng sượt, hai đùi vế trắng nõn, trên bến tàu vì tội trộm cắp. Cũng là một thây ma còn thở trong đáy cùng mạt rệp xã hội. Lại hiện ra trong mơ mị của Tư người vợ quê nhà thiếu quan quách… Trời nắng trong, trời kim tuyến Iris. Nàng trong chiếu bó, lướt thướt, bay bổng. Láng nhẫy cái chết trôi. Lầy nhầy bùn nước, như kem thoa mặt thoa tay. Hai con mắt chết trôi như hai con ốc ngâm lâu ngày trong bùn… Tư lại mơ thấy người em trai chết trận trên đồi mộ cỏ may đất khô trắng màu sữa. Một nghìn chín trăm bốn sáu Pháp trở lại Đông Dương, một chín bốn bảy, người em trai vác xẻng cuốc đi đào đường tiêu thổ kháng chiến. Nắng cháy bãi cát khô dài hàng trăm cây số, như một cái sa mạc nhỏ địa đầu xứ Quảng. Một vùng đất mẹ còm cõi tình nguyện sống với nước non. Người em trai theo đoàn người hát vang tiếng hát, bị máy bay Pháp bắn chết, cái xác nằm ngon lành trên một vũng máu tươi… Tư thấy hết, mơ suốt dài trong lòng bóng tối… Lại nghe âm vang la hoảng kêu cứu dưới gầm cầu nước lũ. Người cùng súc vật bị cuốn đi, trôi từ tốn, nhẹ nhàng như những cành khô. Những ghe mành nát tan khi Iris gầm thét…

Nửa khuya, Tư thợ hồ đứng sau hè nhà nhìn lên bầu trời Sàigòn. Ánh đèn nhấp nhô những lửa ma hoang. Chú ngậm ngùi khôn xiết. Xa lạ, biến đổi, lùi xa trong mơ hoặc. Dịch chuyển từ vực sâu hôm kia lên đỉnh trơ hôm nay. Tư nhận ra một điều:

"Sàigòn không phải là nơi dung thân của chú. Sàigòn cháy. Oái ăm thay, chú tìm đến Sàigòn trong khẩn thiết, một cần thiết nương tựa; không là tình cờ đi qua. Sàigòn, của chia rẽ, xuống cấp, của bao mầm đau số phận chinh chiến. Sàigòn cơn bụi của rã tan tro tàn."

** **

Một đêm, cái cảm giác phiêu dạt tới rợn người, giục giã Tư thợ hồ quy cố hương. Chú biết, việc quy hồi lúc này không là việc dễ dàng. Quê nhà cũng như cuộc đời chú: đi từ kiệt quệ này tới sụp đổ kia, từ lẻ loi buồn tẻ đến hoang tàn.

Tư lên Viện Hoá Đạo thăm đứa con mấy năm trước được các nhà sư mang vào nuôi dưỡng. Qua Thị Nghè thăm người bà con. Nghe hỏi:

"Về để mà chết hà? Máu lửa tràn lan."

"Thà chết cũng cam."

"Chết là ra đất. Vậy thì thành bụi đất phương nào chả được, há phải về quê?"

# IV

Máy bay bay vào địa phận Trung Việt. Trời mù trắng những mây. Trường Sơn núi liền núi. Tư muốn được chết. Mong máy bay bị pháo cao xạ trong lòng núi bắn nổ tung. Vì chút gì che chắn mà xưa kia ta sống sót trong cuộc thế chiến thứ hai, dưới gót giày tàn bạo của thần tử?

Sau cùng Tư cũng đã đặt bước chân tần ngần lên con đường dẫn về nơi tuổi nhỏ. Đó là một tỉnh lộ băng ngang qua con đường xuyên Việt, khởi đầu từ một làng cát biển, hướng về miệt nguồn. *// Ai về nhắn với nậu nguồn / Mít non gởi xuống cá chuồn gởi lên. //* Xa xa một cái xóm nhỏ. Làng xưa đây. Một màu xanh héo của cây lá pha vàng, tương phản với khoảng cát trắng bao quanh.

**

Tư không còn nhận ra người quen biết ở Gò Đậu. Quân viễn chinh đã có mặt cùng khắp, dựng đồn lũy. Con đường máu trong núi rừng đã mở ra tới tận đồng bằng, vào trong lòng thành phố. Quân Kháng chiến giờ đây không còn phục kích với những trái nổ lẻ loi, những trận đánh nhỏ cỡ tiểu đội. Mà là những trận chiến cỡ sư đoàn. Gò Đậu đã là cái bãi thử lửa. Máy bay đã thả hàng trăm tấn bom để tàn phá một khoảng núi rừng bên dưới sâu trong đất, là người.

Tìm kiếm cho ra dấu vết xưa quả là không dễ dàng, nhưng Tư đang cố tìm.

Làng trên đã là căn cứ lính ngoại quốc. Xóm dưới quần một bầy xe tăng. Xe ủi đất nằm chờ sớm mai ủi nốt những rừng thưa còn lại. Rừng đồi bạch hóa. Nơi đầu cầu, bọn lính nước ngoài có trắng có đen đứng gác.

Không còn dấu vết cái lô cốt nhỏ nhoi từng nổi trôi trong mùa lũ Iris. Mà là một đồn lũy mênh mông kẽm gai, rào, mìn, trại lính. Cái đình làng còn lại một đống gạch vụn.

Tư nhớ con Xìn quá đỗi. Nhớ cái miệng thiếu nữ mười lăm gặm hạnh phúc là những lát thịt bò chết vừa trụng qua một lớp nước sôi.


**


Đời đổi thay do nhu cầu có mặt đám lính viễn chinh. Rất tạm bợ. Nhưng vô cùng nhộn nhịp. Quán cà phê, tiệm rượu, nhà hàng gái đĩ, tiệm giặt ủi. Bọn lính trắng đen nâu vàng đi lại xí lô xí là. Súng ống đầy người. Bầy gái quê ăn vận đơn sơ trong co ro quang gánh. Bọn gái thị thành đến đây vơ vét thời cơ, hở ngực phành mông.

Ngồi trên nền nhà thờ xưa trụi trơ. Chiều lung nắng. Tư khóc. Ngọn đồi nhỏ, nơi an nghỉ của tổ tiên, không còn một mộ bia, không phảng phất một dấu tích nào hương khói xưa. Đầy dấu xích xe tăng xe ủi đất. Người ta đã ủi sạch những mả mồ cây trái để tạo quãng trống, ngăn chặn những cuộc chuyển quân của bên kia.

Trên con sông quê, chỉ lẻ loi vài chiếc đò ngang được lệnh phải cập ngay vào bến. Lính viễn chinh kiểm soát từng người, trong đám thôn dân. Sau cuộc kiểm soát, một đôi người tình nghi bị bắt, bị đưa về đồn. Ít khi thấy họ trở ra từ đồn lũy.

Tư lại hoảng loạn. Muốn đón xe trở về Đà Nẵng.

Muộn rồi. Đêm đen.

Những loạt súng sắc lạnh nổ vang. Tư bị một toán lính chặn lại xét hỏi. Chúng ném Tư lên xe chở về đồn. Sáng hôm sau, tại phòng an ninh Tư phải cung khai lý lịch. Lúc xẩm tối, khi ngang qua khoảng sân sau của doanh trại, tình cờ Tư nhận ra một khuôn mặt quen quen. Ôi, con Xìn. Tư kinh ngạc. Vì sao Xìn có mặt trong cái chốn hổ mang này. Mà sao Xìn đẫy đà, đẹp ra một cách lạ lùng.

Cô Xìn chợt thấy Tư, ngỡ ngàng một thoáng, rồi nhận ra người thân yêu, cô khóc òa. Cô ôm ngang hông người chú già nua, dắt chú vào phòng.

Phòng cư trú quân nhân là một căn hầm cá nhân được thiết lập kiên cố dành cho mỗi sĩ quan, từ đại úy trở lên. Chung quanh có hàng bao cát chất kín. Có một cửa lớn, vừa một người lọt qua, để ra vào. Một cửa nhỏ là lỗ châu mai. Đêm ấy trời trăng. Qua lỗ châu mai, mờ ảo những hàng kẽm gai chằng chịt, màu vàng trăng chen một trời sương buồn tẻ.

Xa nhau quá lâu. Bao là dâu bể. Cô cháu gái, bụng mang một cái thai đã nặng nề, cứ khóc tấm tức. Cô Xìn tâm sự bao la chuyện đời. Cô kể:

"Chú ôi, hôm ấy làm sao mà súng nổ nhiều quá, làm sao mà khói lửa thiêu đốt không chừa một cái gì, đốt ngay cả thịt da trẻ em. Cuộc đụng độ xảy ra từ hai giờ đêm hôm trước tới nửa buổi sáng hôm sau giữa lính viễn chinh và quân bên kia. Mờ sáng, đã thấy xác người rách nát, máu đỏ con đường bụi. Cháu cùng đám đông chạy lên đường cái quan thì gặp một đoàn xe tăng Mỹ. Một đám bà con hoảng loạn chạy ngược về xóm thì đụng phải một giàn súng cối và nhiều toán quân nón cối, ngụy trang cây lá đầy người. Máy bay từng đàn bay đến thả bom lửa tràn ngập. Cháu té sấp trên bờ mương nước. Sau đó bị lùa cùng rất đông thường dân vào trong cái đồn xa lạ này đây.”

Tư hỏi:

“Nhưng làm sao cháu không bị bắn bị tù, mà lại ở tình trạng này. Chú thấy cháu có vẻ sung túc, đẹp đẽ ra là nghĩa làm sao?

“Chú ôi chuyện còn dài lắm. Một gái quê như cháu mà ôm ngủ với một người ngoại quốc. Cái bụng này, cái thai này, rồi cũng cho ra đời một đứa con lai. Nó là một nửa máu nửa thịt của cháu chú ôi.”

Xìn nghe một tiếng thở dài của người chú già nua, cô buồn bã tiếp:

“Thế này, hôm ấy cháu được đưa về đồn. Một ông Đại úy viễn chinh xét hỏi mọi người. Tới phiên cháu thì ông tách riêng ra. Buổi tối, ông đưa cháu vào phòng, cái phòng ôn dịch này đây, ông bảo ông thích cháu, bảo lãnh cho cháu. Chú ôi, cháu phải làm sao? Ông nâng niu chìu chuộng cháu lắm. Ông viễn chinh bảo khi nào giải ngũ ông sẽ đem cháu ra đi, và là vợ suốt đời. Cháu rất cảm cái ơn cứu tử của ông viễn chinh. Nhưng thấy kỳ kỳ. Mà cháu… sợ quá.”

“Sợ cái gì?

“Sợ nhiều thứ lắm. Sợ ngay cái thai đang nằm trong bụng. Sợ cả cái mơ thấy trong giấc ngủ.”

“Bình tĩnh nào cháu.”

“Cháu đã man rợ rồi chú ôi…”

**

Cô Xìn kể lể. Rồi cô nức nở. Cô ôm siết người chú ốm o tội nghiệp. Như ôm một cái phao cứu rỗi. Như ôm một thân tộc mả mồ đã trôi giạt lênh đênh.

Cả hai chú cháu lúc đó cùng ngồi trên chiếc giường đệm của Đại úy viễn chinh. Tư bàng hoàng chưa biết nói năng ra làm sao. Thế nào mà giải được cái tình thế oái ăm, mà chênh vênh, mà tuyệt bất ngờ.

Trăng vẫn rơ rỡ ngoài bãi hoang. Cỏ úa quấn quanh những hàng kẽm gai đen rỉ. Một vài đám sáng hỏa châu về khuya trôi minh mang, lờ đờ trong trời bạc. Một trời quê hương đang bị đoạt hồn.

Bỗng ông sĩ quan viễn chinh xuất hiện ngay bậc cửa. Cô gái thả người chú ra, và nói:

"Chồng cháu đó. Anh không biết nói tiếng Việt."

Giọng cô khá nhẹ nhàng, thân ái. Nhưng liền đó, người viễn chinh nhấc ngang mũi súng, khuôn mặt lạnh lùng. Và, một loạt đạn nổ dòn. Nổ thẳng vào người cô gái và người chú già nua…

Trảng Lớn, Tây Ninh 1969

# PHẬN NGƯỜI TRONG CÕI ẢO

"Là mộng mơ thôi, nhưng tình nhân trong giấc ngủ vẫn tràn lạc thú của nhục dục, bọn nam xuất tinh, bọn nữ âm binh quyền rũ kia hoài thai. Mỗi con ma trong mộng mang một bầu sinh linh từ một người đàn ông có thực".

Chùa Hải Tiên nằm trên một thửa đất cao, lưng chừng đồi. Từ cao nhìn xuống vực thấp, con tàu xuyên Việt mỗi chuyến đi về hú còi chạy phía dưới vườn chùa như chạy qua một đường hầm.Từ sân chùa nhìn ra xa bên dưới là một khu ngoại ô nhà nhà mái thấp trong mỗi vườn cây xanh ngát, trông như một khu rừng.

Chủ chùa là một nữ tu, danh vị bá tánh thường gọi là Đạo Nữ. Ngoài năm mươi tuổi nàng vẫn còn nhan sắc, một vẻ đẹp bí ẩn, giọng nói ấm áp. Đặc biệt Đạo nữ có một đôi mắt khá quyến rũ, một bày lộ của u uẩn, đôi khi sáng hoắt uy quyền, ma mị.

Tuổi hai mươi, tôi theo học trường văn khoa, một thời gian dài tôi ở trong chùa này. Đấy là những tháng ngày mở đường cho tôi bước vào cái thế giới khác thường, một thử nghiệm, "Một cộng với một không chắc là hai". Nghi vấn luôn bày ra giữa cái luôn được gọi là Sự thật.

Tôi dạy cho cô con gái của Đạo Nữ, không biết xưa kia nàng có con rồi mới đi tu, hay là vừa tu vừa có con. Nghề dạy kèm này gọi là gia sư, được trả một ít tiền, và ăn cơm chay trong chùa, thay trả tiền cơm tháng. Cô gái học trò của tôi đã mười sáu tuổi, rất xinh đẹp, nhưng học khá dốt nên phải cần người dạy kèm. Trời lấy đi cái này bù cho cái nọ, em tính tình hiền hòa, ăn nói nhẹ nhàng, có một giọng hát rất tuyệt, về sau em là một ca sĩ phòng trà, không nổi tiếng lắm, nhưng tình ái thì nhiều, đủ gây phiền muộn cho một đời giai nhân.

Ở dài lâu trong chùa, tôi biết Phật hiền hòa và bọn ma quỷ cũng khá lém lỉnh. Phật một vị trên tòa tháp, vẫn nụ cười muôn thuở ấy, nhưng ma quỷ thì nghìn phần xanh lục, linh động biến hóa khôn lường.

Cái nghi ngút làm biến đổi Hải Tiên, vì chùa này thực ra là một bệnh viện, chuyên chữa trị các con bệnh tâm thần.

Cách trị bệnh điên của Đạo Nữ khá lạ lùng. Mỗi ngày các bệnh nhân phải đến hầu Đạo Nữ. Đạo Nữ ngồi gọn trên một cái bàn cao, áo cà sa, đầu đội khăn vải. Lúc tụng nam mô kinh Phật, lời kinh có pha chế thêm những lời bùa chú là sáng tác của riêng cô.

Đạo phòng rộng thênh. Bàn thờ to lớn ở chính điện. Sáu bàn thờ nhỏ hơn nằm dọc theo hai bên tả hữu. Luôn nghi ngút hương khói, đèn màu, nhiều hoa quả, bánh trái. Nơi chính điện ngoài tượng Thích ca, chư Phật, có tranh, tượng các thánh, thần, đạo sĩ, cả Lão Tử, Bồ-đề Đạt-ma. Những hàng giá gỗ rực màu đỏ thiếp vàng là những đao kiếm, phương trượng. Từ cao lưng chừng dọc theo cột nhà, những phướn vải lụa vàng hàng chữ nho, buông rũ. Toàn cảnh, một đa nguyên tín ngưỡng, tạp lục.

Nơi hậu điện, một bức truyền thần to lớn chân dung một phụ nữ. Đạo Nữ bảo đó là Nữ Thánh Cứu rỗi. Nhờ tánh linh thần thông của "Nàng thánh", Đạo Nữ chữa lành bá bệnh. Thoạt nhìn, nhân diện của Nàng Thánh Cứu rỗi chính là chân dung Đạo Nữ. Mái tóc, vừng trán, mặt mũi sao y. Chỉ ma mỵ hơn, qua bút vẽ tô điểm. Đầu vương miện, rườm rà hoa văn màu sắc. Da trắng ngà, tóc đen, lông mày liễu, khuôn mặt thanh tú mang hơi hám tà ma, trán cao môi mỏng, đôi mắt sắc dài, trong lòng mắt như có bùa mê phát sáng.

Một bàn thờ to rộng, trước chân dung Nàng Thánh luôn đầy hoa trái tươi màu. Lại bày thêm cho Thánh những hộp lọ mỹ phẩm, đồ trang sức, nước hoa loại hảo hạng. Đạo Nữ giải thích, "Có lúc khuya khoắt Nàng Thánh về trang điểm".

Lạ lùng, một hàng dài hai bên bức truyền thần có mười tám bức tượng hình những búp bê dị dạng nhiều màu sắc. Đạo Nữ giảng giải:

"Bọn này không phải thập bát La hán mà là thập bát Hài nhi. Là con cái từ Cõi âm hiện hình, một hình thức cô hồn hạng nhẹ, có thể một mai hóa ra thánh thần. Nhưng khi chưa hiển thánh hóa thần chúng còn dạng quỷ nên quấy phá dữ lắm."

Đạo Nữ thay mặt Nữ Thánh Cứu rỗi để trị bệnh, ban ân cho thế gian. Được vậy, là qua cái cách hiển linh khi Nữ Thánh nhập hồn vào xác Đạo Nữ.

Thường mỗi ngày Đạo Nữ được nhập hồn một vài lần. Mỗi lần lên đồng như thế gọi là "ngự", dù cái từ "ngự" chỉ được dùng riêng cho nhà vua trước đây. Bến nước vua từng đến là Bến Ngự. Món ăn được dâng cho vua nếm qua là món ngự, chuối ngự, khoai ngự. Dân chúng bị oan ức, chờ lúc vua thân chinh ra ngoài, cả thảy quỳ bên lề đường kêu oan, gọi là "Quỳ giá ngự".

Mỗi lần Đạo Nữ ngự, mọi con bệnh cùng thân nhân răm rắp chấp tay cúi đầu hướng về. Đạo Nữ đi từ chính điện tụng vái, ra hậu điện, ra vườn đi quanh quất, tay chân vung vẩy múa may, tất cả con bệnh cùng tín hữu đều phải đàn lũ theo sau.

Đạo hữu theo cầu Đạo Nữ thường là một lũ bệnh điên. Đa phần là con nhà giàu có, việc đóng góp tiền của cho nhà chùa là rất hậu hĩnh. Tiểu sử của Đạo Nữ khá nhiều bí ẩn, cách tu hành lạ lùng, phong thái kẻ tu hành nửa ma nửa Phật, tỉnh tỉnh mơ mơ, cũng là đặc điểm quyến rũ bá tánh hiếu kỳ. Cái khuôn phép, cái khuôn vàng thước ngọc lắm khi làm con người chán nản, muốn phá bỏ, vượt ngoài. Là tìm tới cái lạ, chỗ ma ám quỷ hiện hình.

Một đôi lần Đạo Nữ bị nạn. Con bệnh điên trở chứng thường tấn công bất ngờ. Cả việc dùng dây thừng tròng qua siết cổ. Đạo Nữ chế ngự đám đông bằng cách tự biện khá hoang đường:

"Nó tròng dây qua cổ Ta siết mạnh như vậy không phải cố ý giết Ta đâu. Chính 'nó' đưa Ta một giây phút tới gặp Nữ Thánh Cứu rỗi. Nó siết cổ ta là do ân ý sai bảo của Nữ Thánh để Ta có dịp tự thức mà hướng về thánh linh.”

Đám đông thường tin lời Đạo Nữ, một niềm tin rặt màu tôn giáo, thuần phục của tín đồ, khi được ban phúc lành.


# II

Một hôm một nhà giàu đưa con trai mình tới Đạo Nữ nhờ chữa bệnh. Anh trai trẻ này có cách nói năng lạc đề rất... triết học.

Vừa bước vào chùa, nhìn mọi người, Nguyền ngập ngừng ngưỡng cửa, nói lơ mơ:

- Đây đâu phải là nhà của ta. Chừng như đây cái chuồng ngựa vắng ngựa. Phải tầm cho ra bầy ngựa thất lạc. Cứ theo tiếng thở mà tìm. Ngựa không nói.

Nguyền nhìn Đạo Nữ, nói trổng:

- Rồi bầy ngựa cũng trở về. Nơi trở về là trận mạc. Em đang mất một cái đầu cho cuộc tìm kiếm.

Đạo Nữ định bệnh của Nguyền:

- Thằng người này đang bị lũ con cái ở cõi âm quậy phá rồi. Một kẻ dâm giao với bọn tiên nữ trong những cơn mơ. Gọi là tiên, nhưng bọn này là bọn con gái yêu kiều từ thiên giới đang bị đày xuống hạ giới chịu tội. Chúng dâm ô khôn lường. Đậm đà quyến rũ tới đỉnh.

Lại giải thích với đám tín hữu đang ngơ ngác chung quanh:

" Con cái trong cõi âm là lũ con chẳng đứa nào có được một cái giấy khai sinh, một chiếc nôi nằm, chẳng nghe được một lời ru, chưa từng ngậm vú mẹ.

"Chúng được đầu thai từ trong các cơn mộng mị của bọn đàn ông lẫn lũ nữ nhân đa tình kia. Trong giấc ngủ đêm khuya khoắt, nhất là những đêm trăng huyền rỡ khơi gợi dục tình, bọn gái trong cõi âm hiện ra. Bọn tóc dài này chỉ là hư ảnh nhưng có thể gần gũi tỏa nhiệt dục. Chúng hâm nóng nhau bằng máu xương ảo, lên cơn thèm muốn, mơn trớn, hôn hít, giao cấu thỏa thích với nhau.

"Là mộng mơ thôi, nhưng tình nhân trong giấc ngủ vẫn tràn lạc thú của nhục dục, bọn nam xuất tinh, bọn nữ âm binh quyến rũ kia hoài thai. Mỗi con ma trong mộng mang một bầu sinh linh từ một người đàn ông có thực.

"Các mụ bà trợ giúp việc sinh nở những hài nhi có hồn ma không có máu xương này là bọn gió, mây, có khi là sấm sét, mưa bão, tùy vào hiền dữ, màu sắc đắm say lúc cơn mộng ôm ấp diễn ra.

"A di đà Phật, lũ hài nhi từ cõi âm, bọn nổi trôi trong tinh khí điệp trùng bóng tối kia, bọn miên man thác đổ ái ân, đứa màu tím màu lục, thằng Đỏ con Vàng. Chúng không là con của quỷ dữ, cùng là con của ân ái thôi, là giao hợp giữa siêu hình với trừu tượng.

"Lũ này chẳng tới được thiên đường chẳng về địa phủ mà trôi hoang trong man mác hư ảo. Chúng đi gió về mây. Là tựu dựng từ những giao hoan ngoài vòng ý thức lúc mê muội giấc ngủ. Chúng có nỗi oan riêng, nên 'cây oan' xanh tốt như rú rừng, chẳng khác chi rừng biển oan khiên mà phận người lầm than đương chịu trên chốn thế gian đang nương náu này... nam mô A Di Đà Phật.''

Đạo Nữ nhìn chú mục người mẹ của Nguyền đang đau khổ khấn vái, nói mơ hồ, lời gió rao:

"Con trai của tín chủ trước kia là gã đa tình, nhiều mộng mị về đêm. Bọn nữ âm binh o bế thằng Nguyền này như bọn nữ bia ôm phủ dụ. Bọn tiên nữ đậm đà rất mực duyên dáng bị thiên đình đày xuống cõi gian trần, chúng buồn phiền đi làm gái ôm ráo. Đó mới là đặc trưng tuyệt diệt, là hoàn hảo của một trần gian đọa đày.

"Này, thằng Nguyền đang đứng đây, bóng mặt trời chói chang ngoài kia, kìa cái bóng mây chập chùng đang kéo qua sân chùa, lúc này ư, Nguyền đang trả nợ. Món nợ âm binh. Bọn hài nhi kết thai từ mộng ảo lênh đênh kia đang hiện về. Ta thấy chúng thấp thoáng đó đây qua ánh đèn giữa làn khói hương, cõi thinh không rùng rợn hoang rỗng. Kia kìa, cha ơi chúng rách rưới, còm nhom, chắc là bị quan nhân chốn lưu đày bóc lột, bỏ đói. Đến cái phận người trong Cõi Ảo cũng hắt hiu hăm dọa, bị đọa nguyền thất lạc''.


III


Nguyền đang trong một cái chuồng. Thế giới của chàng bỗng dưng là một cái chuồng.

Nền láng xi măng, mái lợp tôn ít truyền nhiệt, gọi là tôn mát. Mặt chuồng nhìn ra khoảng sân rộng để giao tiếp với người bên ngoài có đóng song sắt ca rô. Một cửa sắt mở ra vào. Ba mặt kia tường tô vôi. Cửa sắt luôn được khóa kỹ lưỡng bên ngoài. Nguyễn bên trong không thể tự mở. Phần nền cao người mẹ trải một tấm chiếu hoa trên nền xi măng. Tấm đệm mút làm chỗ nằm, một tấm chăn dày phòng đêm gió mưa, một chăn mỏng, một cái gối thêu hoa đẹp đẽ.

Từ trong chuồng Nguyễn có thể nhìn ra khoảng sân rộng trước mặt chùa đầy bóng cây. Một hồ nước lớn giữa hồ có nhất trụ, đỉnh trụ có bánh xe luân hồi.

Tôi làm gia sư trong chùa, ngoài cô con gái cưng rất xinh đẹp của Đạo Nữ, còn có một thanh niên tên Huề. Anh này tu ăn chay trường, ghi tên học ban triết trường Văn khoa, học hành rất thông minh, một giọng tụng kinh ngân nga ngọt ngào. Huề rất ưa thích tính cách điên của Nguyễn. Cách phát ngôn lạ lẫm, ý tứ kỳ quặc của Nguyễn, anh cho rằng kẻ điên này là một triết gia. Nguyễn lại rất thích tôi. Tạo ra cuộc hội ngộ tàng tàng giữa ba "đứa" chúng tôi.

Vườn chùa tịch mịch. Đêm trăng sáng. Sân vườn chùa đầy bóng cây. Trải một chiếc chiếu trên nền sân xi măng trước cửa chuồng Nguyễn. Uống trà, tâm sự thấp cao ngang dọc sự đời, là từa tựa ba triết gia giả cầy.

Một đêm, tôi với Huề bên ngoài. Thấy trên chiếu có nước trà, mấy trái chuối, Nguyễn trong chuồng hỏi ra:

- Uống trà mà ăn chuối hà?

Huề bảo:

-Vậy phải ăn cái gì?

Nguyễn:

- Tụi bây có thượng đế không?

Tôi:

- Có, không? Sao phải hỏi?

Nguyễn:

- F. Nietzsche đã nói.

Huề:

- Thượng đế chưa chết đâu.

Nguyễn:

- Ít ra là trong cái đầu của chúng mày.

Trăng đang vô một chùm mây. Nguyễn bất ngờ hỏi:

- Sao chúng mày không vô rừng, vào bưng?

Tôi kinh ngạc:

- Mê K. Marx đến thế ư?

Nguyễn lơ mơ:

- Đừng nhầm tưởng bọn trong rừng theo Marx. Chúng phản bội Marx.

Trăng ra ngoài mây. Trăng sáng rõ, chứng minh điều tôi hiểu, "Nguyễn không hề điên chút nào".

Huề nói nhỏ với tôi như một lời than thầm:

- Vậy Nguyễn với Đạo Nữ ai điên ai tỉnh. Ai là kẻ chữa bệnh cho ai.

Nghe được, Nguyễn mắng:

- Tao cũng có một cái linh hồn. Tao chịu lấy, dù cái linh hồn tao chẳng thấy đâu. Tao phải tôn thờ cái Tao-chẳng-thấy-đâu.

Nguyễn rên rỉ:

- Trăng tàn gió tàn mây khuya lụn tàn. Anh kìa, cho em một nhánh lá em đuổi muỗi. Đó, em thấy chưa, xưa kia ta không nắm tay em đâu cứu em khỏi cảnh trôi chìm giữa dòng sông nước. Chuyện xưa cũ rồi. Thôi mình đi đi, để ta một mình suy gẫm lai rai. Cảm ơn con nước nguồn đã tha chết cho nhau".

# IV

Một cư xử lạ lùng. Người ta đã chia một phần cái chuồng rộng rải của Nguyễn để nhốt vào đó một con gấu. Có rào sắt ngăn cách. Người với vật.

Vì sao những vội vàng tan tác, những chia ly ngậm ngùi lại hỗn độn bày ra giữa chúng tôi? Cuối bãi tức tốc bày ra đầu nguồn? Nguyễn không lành bệnh. Một đêm, cái xác buồn phiền của anh, một Cõi-Nằm chẳng mấy thong dong trên chiếc chiếu hoa, lúc trăng tà xuyên chút ánh sáng ma hoang trên vạt áo nâu sòng.

Tôi đã rời Hải Tiên. Một con tàu xuôi vào Nam mang theo em. Em bỏ học, rời chùa, bỏ Đạo Nữ, mỗi đêm em hát, ánh đèn màu. Huề bỏ đạo, một đại đức cưới vợ, sinh con.

Cũng đã quá lâu tôi không có dịp trở lại. Thời gian trong tôi chín vàng, đã mềm nhũn bên trong, khác chi trái chín cây lâu ngày. Tôi nhớ Nguyễn và buồn khôn xiết, vì tôi cùng ở chung với Nguyễn chùa Hải Tiên, cùng nhau bao kỷ niệm.

Trong cái thiu ung của tháng ngày nỗi buồn của tôi rộng ra, dị dạng, vì nỗi hồ nghi, vừa âm u vừa đau đớn từ đêm trăng ấy. Cho tới nay tôi vẫn không tin, rằng, "Cái xác người trong chuồng gấu là của Nguyễn? Hay là xác con gấu đã chết trong chuồng? Con gấu chết hóa ra xác của Nguyền? Hay Nguyền đang còn sống trong chuồng mang hình con gấu?"

Tôi đau đớn lắm, "Có thể nào một con vật đã mang hồn đi, và một con người trở lại không một linh hồn".

Hai gã đàn ông lực lưỡng đưa con gấu từ trong chuồng vào một cái cũi sắt, xe chở tới nhà một vị dân biểu. Đạo Nữ cúng dường con gấu làm quà. Tôi nghe mơ hồ có tiếng rên rỉ của Nguyền trong cũi sắt. Một con gấu màu đen có đôi mắt của Nguyền. Tôi la hoảng:

- Nhầm lẫn, nhầm lẫn quá rồi, sao các người đưa Nguyền đi làm quà tặng, bỏ con gấu ở lại trong chuồng.

Chính tôi thấy Nguyền ốm o mặc áo nâu sòng da dẻ xanh xao được bắt ra, nhốt trong cũi, đưa lên xe, sớm mai chở đi.

Mọi người nhìn tôi kinh ngạc, nghĩ thằng này điên. Tôi đau lắm. Nhiều lần trong đêm khuya tôi thấy một lúc hai con gấu, một lúc khác là hai Nguyền trong chuồng. Dần dà, tôi rối rắm chẳng nhận ra đâu là Nguyền đâu là gấu.

Gia đình khóc than bên thi hài Nguyền tôi thấy mọi người khóc bên một con gấu đã chết. Con gấu trong chuồng nhà ông dân biểu, quan khách đến thăm viếng chính là Nguyền.

Tôi vẫn mong cha mẹ Nguyền đã chôn một con gấu với đầy đủ lòng thương xót, và Nguyền hôm nay còn bị giam nhốt đâu đó trong một cái cũi sắt.

Những ngày nhớ Chuồng

# NGƯỜI ĐI THEO BÓNG

*"Tiền thân tôi ở Cõi Ngoài"*
CTB.

## I

N hững ngày ở thị trấn ấy, lúc trời sắp tối, tôi thường ra nghĩa địa ngoại ô ngồi chơi. Thuở dân chúng còn thưa thớt, đất đai dư thừa, mộ này nằm cách mộ kia năm ba mét, những khoảng đất trống đầy cỏ may, hoa dại.

Tôi hợp với nghĩa địa hơn những nơi đông người như cắm trại hay hội họp, vì cái hiu quạnh, an phận, tắt giấc mơ đời, của nó. Nắng chiều vàng bay nhảy vu vơ; những cỏ may mọc không hàng lối gió đẩy lăng tăng quanh những mộ chí; những cổ thụ đổ bóng mát, nhiều chim chóc; ngần ấy là đủ quyến rũ.

Tôi yêu cỏ may. Một ngày, cỏ may quấn quýt cái xác của Quát, người bạn thân yêu. Quát tử trận trên đồi khô.

Những ngày nhớ thương ấy, chiều nào không ra nghĩa địa, lòng buồn chết. Có thể gọi nghĩa địa là nghĩa trang? Tới nghĩa trang, chiều tà trăng lên, mộ chí mông lung, như ta được về thăm căn nhà tổ tiên; hàng dậu, bờ cau khóm trúc gầy; những dáng xưa hồn cũ, trong ấy.

**

Từ ngoại ô, trên con đường dẫn về các miền xa, có một ngã rẽ vào khu nghĩa địa, chừng hơn cây số. Hai bên đường nhà cửa thưa thớt, cây cối mọc ven lộ phần nhiều là đại thụ. Kể ra một con đường như thế cũng đẹp, đối với những ai ưa vắng lặng, cùng những người nằm trong áo quan ra đi chuyến cuối cùng..

Con đường, đúng nghĩa con đường để tiễn đưa. Buổi trưa nắng chói chang, cây đứng thu mình, bóng mát im lìm đọng quanh chân cây. Bóng không chiều dài. Cây, đứng bóng. Không gian như dành cho những hồn ma lướt đi trong không, hay vương vất đâu đây dưới những chùm bóng đen lá, hun hút chập chùng.

Chiếc xe thổ mộ gõ lóc cóc trên đường vắng. Con ngựa ốm tong, người xà ích già cầm cây roi nhịp nhịp. Hành khách quê mùa, hành lý kềnh càng những chiếc giỏ mây tre, những bịch hàng hóa treo lủng lẳng bên ngoài thân xe. Nếu chỉ đi trên con đường đó trong buổi chiều nắng tàn, hiu quạnh và xa vắng, ta có cảm tưởng mình đang trong một xóm quê hay một quận lỵ hẻo lánh. Thật ra cách đó không xa, một thị trấn khá lớn, gần như một thành phố.

Vào một thời chiến trận đã lan rộng, ngay trung tâm thành phố, nơi được gọi là an toàn nhất, vẫn bị sự thù hận ghé thăm. Những nơi đông đúc như nhà hàng, rạp hát, bị đặt chất nổ.

Về đêm, dân phố thị phải chịu những trận pháo từ ngoài dội vào. Nơi ngoại ô, chiều nào như chiều nào, khi hoàng hôn sắp tắt, nhà nhà đều đóng cửa.

Bóng tối của đêm càng bí hiểm hơn, vì cái ranh giới giữa tội ác và hình phạt rất ư mập mờ. Kẻ nhân danh công lý, có khi, lại chính là kẻ gây ra tội ác.

**

Trong khí hậu một xã hội bất an, tôi vẫn thích nghĩa địa. Đi lang thang trong chiều trong đêm, Tôi ngồi với hiu quạnh. Xa kia cánh đồng hẹp. Trong lũy tối, ánh lửa nhà ai đã nhóm lên leo lét.

Buổi chiều có cảnh hoàng hôn. Toàn khu mộ chí như tan hòa trong một không gian tím thẫm. Đã hiện hình một chân trời mây đen. Bàn tay trời lúc này vẽ ra những hình tượng đa dạng trong mây. Và gió, hóa biến bọn mây đen kia, thay hình đổi dạng liên hồi.

Thuở nhỏ chiều chiều cha tôi thường dẫn tôi ra chỗ đình làng, ngồi bên cái cổng đá nhìn bầu trời rộng thênh. Từ chân trời, những đám mây đen hoàng hôn, kết tụ nhau rồi tan ra, lại quần tụ, chậm rãi, đã tạo ra những hình thù lạ lẫm. Cha bảo tôi, là, "Cái thế sự nó ở trong thành mây hoàng hôn kia. Có mây tan, có chó từ gió đẩy đưa. Có đó rồi mất đó."

Thời gian qua nhanh, nay cha chẳng còn. Ông còn, nhưng là trong khói hương tưởng nhớ. Thật là vinh hạnh, cha đã về nơi ấy. Thuở kia tôi chưa hiểu gì lời cha dạy. Mấy mươi năm trong gió mưa đời, thế nhân bao nhiêu đổi thay, mới hiểu ra. Dài dặc, trời quê hương vẫn những đám mây đen vần vũ. Những Vân cẩu vô thường.

# II

Tôi ngồi, tôi thở. Gió đẩy hồn đi. Phía bắc nghĩa địa, ngày trước có một đồn lính Bảo an. Quanh đồn vòng rào kẽm gai, bãi mìn. Mỗi góc đồn một cái lô cốt. Những chiều mát trời mấy anh lính ngồi trên cái lô cốt cao, có anh trần trụi, cùng chơi bài xì hay nhìn vu vơ con đường bóng râm dòng người qua về.

Về sau, chiến trận mở rộng, những cuộc đụng độ ác liệt hơn, đồn Bảo an được thay thế là một căn cứ quân Bộ binh chính quy, giàu kinh nghiệm trận mạc và gan dạ hơn. Doanh trại được cất lại mới mẻ, rộng rãi, xe cộ nhiều hơn, những hàng rào kẽm gai mìn bẫy dày đặc. Từ ngày đó vùng này trở nên an ninh, đường sá xe cộ qua lại nhiều hơn trước. Bày biện cũng khá hợp tình. Bên kia có người chán đời lửa đạn, khi nằm yên. Cùng nhau khiêng anh ấy qua bên này, im vắng, ít sự đời hơn.

**

Tôi bước qua cái cổng vôi đá vẫn còn nguyên vẹn. Đi qua dãy nhà, nơi các đám tang dừng tạm trước khi quan tài được hạ huyệt, cũng là nơi nghỉ chân của những người đưa tiễn. Cây đa to lớn lâu đời đã vào mùa thay lá, một vùng âm âm khu rừng khô. Bầy chim trên những cành trơ lá. Dưới chân cây đa người ta thắp nhang đèn, chiếc bàn thờ nhỏ, thờ cúng thần linh. Những thủ tục thờ cúng, tâm linh và tín ngưỡng này, không là điều vì nó tôi phải đến. Tôi vì buồn nên đến nghĩa địa chơi.

Vì đến nghĩa địa chơi, tôi dần dà thân thiện những phiến đá mang tên tuổi cùng năm sinh, quê quán của những người khuất mặt. Nguyễn văn Nh. sinh 1945, tân binh quân dịch, tử trận ngày 14-3-1965. Chưa ngoài hai mươi tuổi. Lê Đình Th. sinh 1905 tại Long An, từ trần 1966. Già quá chết được rồi. Lê Nhã U. sinh 1947 qua đời 1964. Chết trẻ quá thật là uổng… đại khái thế.

Đã nói buồn, đến nghĩa địa ngắm trời mây. Tôi làm kẻ đi rong giữa cuộc đời tìm một phần đời đã mất. Có thể, chỉ là một tìm kiếm, như bao tuổi trẻ đi tìm, chỉ là tìm kiếm mà thôi. Cái đích phía trước, chính là niềm vô vọng, là ngõ huyền hư. Cuộc nội chiến còn dài lâu. Bao là cánh cửa trong khuya khoắt hãy còn khép hờ, chờ một người sẽ trở lại.

Có một người đã trở lại. Không đến chỗ cách cửa chờ mong. Mà nơi mộ chí tôi thường đến. Người con gái ấy, Túy Nha.

Ngày nay Túy Nha không còn nhưng mỗi lần nhớ đến nàng thần trí tôi bị mê hoặc, trí nhớ trôi nổi bổng bềnh, con tim đau nhức. Tôi như phải đối diện một lăng kính phản chiếu những ảo ảnh rực rỡ mà mơ hoặc như lân tinh, đêm tối trời.

**

Chiều hôm đó, như mọi buổi chiều, sau khi ngồi quán cóc uống một ly cà phê đen, với chiếc xe đạp, kẹp một quyển sách, tôi dông ra nghĩa địa. Mặt trời nghiêng bên kia cánh đồng, để lại những khoảng râm, những bóng cây trải dài, nhạt bóng bên này. Nắng một màu vàng tinh quái lảng vảng, con đường bụi đỏ màu đất cao nguyên.

Thường là như thế, chân trời đã soi lên từng cao những cánh quạt rực hồng. Tôi dựng chiếc xe đạp chỗ gốc đa, thở dài, châm một điếu thuốc, cầm quyển sách nơi tay rồi chậm rãi đi vài vòng, quanh quanh những ngôi mộ bởi một lối đi nhỏ len lỏi. Tôi đã quen những người nằm dưới này nên bước đi rất tự nhiên. Đi vào nghĩa trang như đi trong nhà của mình. Đến một ngôi mộ lớn tôi ngồi xuống, mở sách ra đọc. Nền xi-măng mộ hoàng hôn hãy còn ấm hơi chiều. Và hoa cỏ may hãy khô bay như lau.

Đây là ngôi mộ, có thể gọi là lâu đời, lớn nhất nghĩa địa này. Bốn bề có tường thành, trên mặt thành đắp mảnh chai nhọn để tránh leo trèo. Mộ bia khắc chữ Hán, thành trụ có hai câu đối cũng chữ Hán. Có thể đây là mộ chí một vị quan, trong một gia tộc danh giá.

Trời nhá nhem tối. Căn cứ quân sự hàng đèn phòng thủ đã cháy sáng, những lính gác trong vọng gác, những vòng kẽm gai an toàn đã được kéo qua. Đêm ấy đêm trăng, trời rất thanh, điều quyến rũ tôi phải ngồi nán lại. Tôi mê mẩn, ngồi đợi. Đợi gì tôi không rõ. Nhưng lòng rất bâng khuâng.

Giờ này, không một ai đi thăm mộ còn có thể sót lại trong khung cảnh âm ty này. Chỉ có tôi, người bạn của mộ bia và những cây thánh giá trắng mờ. Tôi ngồi thu mình. Ánh hỏa châu hừng sáng ở một vùng xa. Trong tịch lặng tôi bỗng nhận ra một mùi thơm lạ, thoang thoảng. Tôi rất sành mùi thơm từng loài hoa, nhưng không thể nhận ra loài hoa nào có mùi thơm này. Ánh trăng bàng bạc. Một ánh lửa lóe lên từ một ngôi mộ cách chỗ tôi ngồi không xa, như một ai đang quẹt cây diêm để đốt nhang thắp mộ.

Một hình người, trăng sáng. Lần nữa ánh lửa thứ hai lóe lên. Một chiếc áo dài trắng, quần trắng, người con gái đang loay hoay cắm những cây nhang. Như một ảo ảnh. Sao nàng lại hiện lên trong khuya khoắt thế này. Với tò mò, bao câu hỏi mọc gai, bởi một sức hút khó cưỡng, tôi đi về nơi có mùi hương. Trên cành nhánh cây đa u tịch bọn cú mèo đã về tụ hội. Một lũ bóng đen in lên nền trời pha ánh trăng.

Thấy tôi, nàng cúi chào. Khuôn mặt hiền hòa. Một nụ cười, chỉ như nửa nụ cười. Đây là nơi mộ chí u tịch. Nàng là của khói hương khuya khoắt. Nụ cười này của ai?

Tôi cúi đầu, thầm cảm ơn lời chào. Một lúc, tôi như bị trôi sông. Cần bám víu một bàn tay. Bia mộ chừng tỏa hương, một mùi hoa mê hoặc. Có gió quanh đây. Một phút đầu óc chênh vênh, tôi thấy nàng chập chờn. Nhắm mắt, mở ra. Vẫn lòa nhòa một bóng trắng.

Rõ là nàng đang nở nụ cười. Đây là một hình tượng có thật? Ngọn đèn pha sáng rực như lửa, dù cách nhau khá xa, đang rọi quét một vòng từ căn cứ của quân đội dọi tới. Không có gì là ở ngoài thực tế. Tôi lại nghĩ, người con gái này có thể từ xa vừa mới đến lúc trời trở tối. Nàng cần phải viếng thăm nơi cần phải tới, chẳng đợi đến sáng hôm sau.

Tôi cất tiếng hỏi:

- Chào cô, xin lỗi cô từ đâu đến mà khuya khoắt thế này?

Nàng, vẫn bàn tay trắng toát, mái tóc đen tỏa xuống, dài hơn những mái tóc tôi từng thấy nơi phái nữ. Nàng sáng cái đóm sáng lập lòe. Trước mặt nàng một ngôi mộ mới chôn cất hiện rõ dưới ánh trăng. Bốn bề mồ mả. Bia đá mơ hồ. Trong vắng lặng, nàng cất tiếng:

- Chào anh. Tôi ở xa lắm. Tưởng chỉ có mình tôi là người đêm khuya canh giữ những ngôi mộ này thôi.

Đã khá đường đột giữa cuộc gặp gỡ, mà lẽ ra phải chậm rãi hơn, tôi nói:

- Tôi thích cái nghĩa địa này. Tôi với những ngọn khô, với bọn chim đêm kia kìa. Cô từ đâu tới, mà là xa lắm?

Bây giờ tôi thấy nàng có thêm một cái túi xách. Một khăn quàng cổ. Một phần khăn phủ trên một phần áo. Nàng bất ngờ nói:

- Em lạnh quá anh. Trong lòng đất, đất ấm hơn trên này.

Tôi định hỏi, "Trên này là trên nào?" Là dương gian ư!" Nhưng cố nén lòng.

Giọng nói cô trong và ngọt. Có lúc cô nói tôi không thấy người cô. Vẫn tiếng súng bất thường vọng lại từ xa. Tôi còn nhớ con đường lát nữa tôi sẽ đạp xe về. Nhớ chiếc xe đạp, tôi đã khóa kỹ lưỡng. Nhớ con đường nhỏ, khu ngoại ô. Căn cứ quân đội phía xa kia. Nhớ căn nhà mình đang ở. Ngay ngõ nhà ngọn đèn mỗi tối thiếu điện nháy nháy năm bảy lần mới bật sang. Nhớ hàng rào xanh mỏng giàn hoa giấy. Chị Huyền lúc chiều vẫn ngồi ở đó, và bảo, Em đi nhớ về ăn cơm sớm nghe em.

Cái nhớ ấy giờ đây đã tan loãng, mất dấu trong những nghi hoặc khuya lơ. Người con gái trước mặt là người hay một bóng ma hình người. Sự thế đã làm tôi mất tự chủ. Một mùi thơm quyến rũ. Có ai bảo ma không có mùi. Biết đâu mùi thơm ấy thế gian hiếm. Một thu hút bén ngọt. Tôi bịnh hoạn tâm thần quá đi chăng. Sao tôi nơi chốn này. Tôi bước đến, tưởng như có thể chạm vào khuôn mặt nàng. Lại hỏi:

- Xin lỗi, người dưới ngôi mộ này là gì của cô?

- Một người lính.

# III

Rồi bất ngờ nắm tay nhau. Như một chờ đợi từ lâu, chỗ dương gian với "Dưới ấy". Nàng áp người vào ngực tôi. Có lời than van:

- Em lạnh quá anh.

Người ta đồn đãi, "Thấy ma thì ma nó chụp liền. Ma ám mà"

Người, ma ôm nhau. Tất cả là tự nhiên. Như một sắp bày khó thể chối từ. Như mồ mả trong nghĩa địa, tất thảy đều phải thân thiện cùng nhau. Chỉ còn mỗi chỗ này cho những hài cốt.

Nàng nói:

- Người nằm dưới ngôi mộ là chú của em, chú Tùy.

Tôi cúi xuống. Đôi mắt soi vào hai vì sao lấp lánh, của nàng. Tôi lễ phép:

- Xin được hỏi tên em?
- Túy Nha.
- Đẹp. Tên rất đẹp.


**

Một cái hôn không hay biết. Như tác động bởi một vô thức. Chúng tôi dắt nhau đi, như đi dạo chiều, trong nghĩa trang. Trăng nghiêng về chân trời. Trăng, có khuôn mặt nhạt lạnh, cái cách một ai đang thất tình. Sương đẫm ướt những ngọn cỏ may mộ chí. Chúng tôi đi như thế cho đến khi vai áo chúng tôi cùng đẫm ướt. Có tiếng còi xe vang lại từ xa lắm. Đèn bên căn cứ vẫn còn sáng.

Chừng canh tư. Theo cách tính của dân gian, đêm chỉ có năm canh. Cuối canh năm thì sương phủ mờ để tiễn "Đêm đi". Mặt trời sẽ bắt đầu những tia sáng hoang đường trước khi rõ mặt nơi chân trời.

Những con mèo hoang trở về. Chúng đi ma mị qua những ngôi mộ cũ. Chúng rên như tiếng khóc trẻ nhỏ, có khi thét gào tru tréo như đang cơn động tình. Một vài con chó hoang. Bọn chim cú đã ngủ yên trên những cành khô. Đám nhang khói bây giờ đã tắt hẳn, nhưng những đám sáng lập lòe ấy, cái ảo giác vẫn còn chập chờn trí óc tôi. Tôi và Túy Nha cứ đi như thế. Quanh quẩn cùng mộ chí. Như ngày tết ngày xuân ta cùng đi thăm miếu đền.

Nàng chợt hỏi:
- Anh đã là lính chưa?
- Anh sẽ như vậy.
- Chú Tùy là lính. Em yêu lính.


**


Tôi cùng nàng trở lại ngôi mộ gặp gỡ, nơi nàng đã đốt nhang. Tôi trôi nổi trong khoảng không ma cỏ.

Tôi nhớ một hoạt cảnh. Thoạt đầu là ánh lửa xa vắng. Rồi một nàng hiện ra. Trang phục một màu trắng hoang dưới ánh trăng khuya khoắt. Một bóng hình như ngọn đèn lạp lay động. Sao lại nói lại cười, trò chuyện những câu nhởn nhơ như là một cô nữ sinh bé nhỏ. Rồi nàng rõ ràng có cái cách đứng đắn, buồn bã của một thiếu phụ. Sau cùng, một hình người áo trắng, đã than vãn "Em lạnh quá anh. Đất trong lòng đất ấm hơn trên này".


**


Vỏ của bao nhang màu đỏ hãy còn trên nền đất đầy ánh trăng. Người ta thường đốt cái bao giấy, dùng lửa để đốt nhang. Nàng chỉ dùng hộp quẹt để ra công đốt từng cây nhang. Sự chậm rãi ấy là để "Tưởng tới người".

- Thôi về anh.

- Em còn lạnh ư?

- Vì lạnh nên phải trở về. Anh đưa em về.

- Em về đâu?

- Tùy anh.

Tôi ngại ngùng chỉ tay về hướng thị trấn:

- Em có quen thân ai, hoặc bà con trong thị trấn?

- Em không có ai quen mà cũng không có bà con gì nơi ấy. Về đi anh. Em lại lạnh rồi.

- Không là người chốn này, sao mộ chú của em lại trong nghĩa trang này?

- Em không biết. Em giờ đây ư? Người không nơi chốn. Chẳng còn hồn vía.

Chúng tôi ra khỏi nghĩa địa. Con đường bóng cây rũ rượi. Tôi hỏi:

- Nhưng ít nhất trí nhớ phải nhắc nhở một nơi chốn chiều hôm qua chứ?

- Cần Thơ.

- A ...

Trí nhớ mờ sương của tôi hiện ra một miền sông nước. Những lục bình trôi. Cần Thơ, thủ phủ của Miền Tây vườn xanh trái ngọt. Tôi đã tới và đã ra đi. Tôi hỏi mơ hồ:

- Em là một con người có thực?

- Nếu em là hồn ma lang thang?

- Chúng ta đang sống chung trong một khí hậu ma. Mỗi con người, theo anh, là một bóng ma đang khắc khoải chốn này.

Tôi nghe mình một nỗi đau. Một bóng mây đen to lớn đứng hoài, ngày ngày cùng tôi.

- Anh đưa em đi đâu đây này?

- Anh đưa em về nhà ma.


# IV

Chúng tôi vào thị trấn. Phố vắng. Một lò bánh đang mì mở cửa, ánh lửa từ trong hắt ra một khoảng đỏ choẹt. Vài quán cà phê mở cửa sớm, đèn mờ tỏ. Một khu chợ, lều bạt hãy còn yên ngủ.

Tôi mở cổng và đưa Túy vào nhà, cổng sau. Chiếc xe của chị Huyền nằm trong nhà xe. Đèn phòng ngủ lờ mờ. Mọi hình ảnh là có thật.

Nhìn đồng hồ thấy mới tám giờ tối. Đồng hồ không chết máy. Sao lúc nảy chợ búa đã về sáng. mà đây mới đầu đêm?

Tôi cùng Túy đi qua hành lang. Dừng lại, tôi mở cửa phòng riêng. Vừa bước phòng nàng như rên rỉ:

- Đầy mùi khói thuốc lá của chú Tùy.

Tôi nói:

- Khói thuốc là của anh, anh hút dữ lắm.

Nàng có vẻ xa lạ:

- Đến con thần lằn trong phòng này cũng đậm mùi khói thuốc của chú Tùy.

Chúng tôi ngủ.


**

Có tiếng cười nói bên dưới nhà, tiếng chị Huyền, cháu Hà, ba chị Huyền. Cuộc đời như rất thực. Trời đã sáng tỏ bên ngoài .

Nàng sực tỉnh, đầy hốt hoảng.

- Chết em rồi. Anh cho em về.

Căn phòng kín. Gối chăn lộn xộn. Có ai mở máy, tiếng hát từ tầng dưới vọng lên. Tôi thẫn thờ hỏi:

- Về đâu? Em về đâu?

- Em là người không nơi chốn.

Tôi đưa nàng ra đường.


Ngoại ô. Chúng tôi đón chiếc xe đò. Nàng hỏi bây giờ đi đâu đây. Tôi nói chúng mình đi về biển. Nàng ngập ngừng. Không đồng ý, không từ chối.

Bãi biển, gió và sóng. Nắng rất đầy. Trời ngọc bích, màu trời của những hải đảo Thái Bình Dương. Tôi ngồi trên đụn cát, Túy nằm trải người, đầu gối lên đùi tôi. Một sức nặng đủ gợi tình. Tóc nàng ướt. Bụng trần da màu lụa bạch. Người ta bảo, đàn bà con gái có loại da bụng săng cón, mượt mà, pha chút màu vàng tơ, là mần tình không biết mệt. Nước mênh mông. Bờ cỏ phiêu bồng.

Những dòng cát mịn chảy qua kẽ tay. Nàng vọc cát.

Tôi nói, gió chiều hoang:

- Thuở bé anh thích chơi những đụn cát. Lại một thời tương tư tiếng sóng. Quê ngoại anh làng Đông Trì, nhìn ra là biển. Đông Trì bên kia sông Trường. Bên này sông là Bến Tây Giang. Những đêm, biển như dời xa bờ, vì gió lặng và tiếng sóng rất nhỏ. Những ngày đổi trời, nhất là ngày mùa đông, biển như ở ngay sau hè nhà. Tiếng sóng gầm thét, muốn lôi cả xóm làng ông già trẻ thơ ra đáy biển.

Túy mềm như nắng chiều tà.

Tôi tiếp câu chuyện:

- Lớn lên vào miền Nam sinh sống, anh ở một nơi rất xa biển. Nhiều đêm nằm thao thức nhớ tiếng sóng quê nhà, nhớ những cuộn mây buổi sớm. Với quê hương, chúng ta luôn quên đi điều hăm dọa. Chỉ lưu giữ những thương yêu.

Nàng nằm lim dim, như được ru ngủ.

Tôi dài dòng:

- Một lần ở miền Nam, anh có một đêm tại nhà một người bạn, nhà ven biển. Tìm đến đây, chỉ là chờ mong tiếng sóng. Nhưng anh đã thất vọng. Biển miền Nam không có tiếng sóng như biển miền Trung Việt. Hiền hòa quá. Rất ư đều đặn. Thiếu vắng cái điên cuồng, tính khí tỉnh điên, bất thường của trời đất.

- Ừ nhỉ!

- Miền Nam, thiên nhiên không thường trực hô hoán *"Tao sẽ giết chúng mày, bọn thằng người."* Em ơi, Nơi quê nhà anh, cái chỗ bà Mẹ để ra anh, nơi Cha của anh cái xẻng đào một lỗ đất trong vườn; để chôn máu mẹ và cuống rốn của anh; đúng là như vậy, nơi ấy những ngọn sóng cuồng, bão tố, sông cạn, đồng cháy, núi lở; những mùa đói ăn củ chuối, muốn nhai luôn ngón tay chính mình nuốt vô bụng, cho bao tử nó chút gì để xơi; mùa mắng mùa mưa lúc nào Trời Đất cũng hùn họp cùng nhau để tiêu triệt con người. Em ơi, mới là kỳ ảo, khi chính đó là đặc trưng, tiết điệu một quê nhà. Chỉ những hăm dọa nanh vuốt của điêu tàn, chỉ rực rỡ những cuồng điên, mới cho ta thơ nhạc, tình yêu, những dấn mình bạo liệt, si mê. Chỉ là cái chết cận kề, là đau nhục tận cùng trong lầy bùn ung vữa, mới là tha thiết hiến dâng đầm đìa xương với máu, để chống lại bạo cường luôn cướp đi quyền sống của con người.”

Túy bỗng ngồi dậy, một bờ lưng cát biển. Nàng ngờ vực:

- Hình như anh vừa ngủ vừa nói?

- Đúng rồi, là cách nói với tre trúc, là sáo diều trong cơn mơ.


**


Quả thực là biển chiều nay không có khói sóng. Chỉ một trong suốt đến vô biên.

Đột nhiên tôi buồn. Về đâu bây giờ... một vòm biển hoang phía kia.

Tôi lùa tay tóc nàng. Chúng tôi đi theo đụn cát vàng. Gió phi lao. Chúng tôi lại ngồi xuống. Nắng cuối ngày. Nắng sắp đầu hàng, tan rã.

Nàng muốn tâm sự một điều gì, nhưng lại thôi. Chỉ một tiếng gọi mong manh, “Anh”. Mỗi tìm đến là một rời xa.

Đôi mắt bình-an-Nàng, đã biến ảo. Đầy âu lo. Rồi chúng tôi sẽ chạy quanh quất như hai con nai rừng. Ở đâu đó là sự hăm dọa tiêu triệt những giờ phút bình yên.


**

Đêm qua cơn mưa đời phũ phàng làm tan nát một quãng trời quang đãng trong đời nàng. Đêm hôm qua đời đã qua một truông định mệnh.

Chín giờ sáng, tôi đưa Túy về con đường bụi đỏ, ngày hôm kia. Vẫn hàng cây im vắng, chuyến xe thổ mộ. Con đường ấy, tôi đưa Nàng về.

Khi đến lối vào nghĩa trang, nàng nói:
- Chia tay thì buồn. Gần mãi, buồn hơn.

Tôi chưa trả lời. Thực sự tôi chưa hiểu gì. Tôi nhớ mình còn một chiếc xe đạp, khóa lại lúc 5 giờ chiều. Bây giờ, lúc chia tay Túy, đồng hồ trên cánh tay tôi là 11 giờ đêm, cùng ngày. Một không gian là mộ chí. Một quãng thời gian chỉ sáu tiếng đồng hồ.

Túy buồn bã nắm bàn tay tôi lúc chia biệt. Nắng sáng lòa. Nắng chín giờ sáng chỗ cổng vào nghĩa trang.

Lại buồn lắm khi nghe:
- Anh về đi. Em ở đây.

Đầy tha thiết, trong cầu mong giã từ.

Nàng cúi xuống. Chừng có nước mắt.

Như có một lực đẩy vô hình, tôi lầm lũi quay về.

Sau lưng tôi, một người áo trắng đang đi tìm một nơi cho mình. Tìm đi em. Nơi chúng mình đi qua, mỗi nấm đất, trong ấy đã một người yên nằm.

Tình yêu đến từ nghĩa trang và trở về nghĩa trang.

*1969-2019*

# TÁC GIẢ

## Tiểu sử - Tác phẩm

Tên thật Trần Ngọc Thao, sinh ngày 8 tháng 2 năm 1937, khai sinh ghi 1938, tại làng Văn An, Thăng Bình, Quảng Nam.

- 1937-1945, sống chín năm thời Pháp thuộc, Triều Nguyễn, Vua Bảo Đại.

- 1945-1954, chín năm trong vùng Kháng chiến Việt-Pháp, Liên khu V, do Việt Minh kiểm soát.

- 1954-1975, hai mươi mốt năm Việt Nam Cộng Hòa.

- 1975 - 2016, bốn mươi mốt năm dưới chế độ Cộng sản.

- Tháng 10 - 2016, qua Mỹ sống tiếp.

**

- Đã học Tiểu, Trung, Đại học.

- 1961 dạy Anh văn và Việt văn tại các trường trung học tại Quảng Nam.

- 1963 động viên vào trường Võ Bị Thủ Đức, khóa 17. Tốt nghiệp Trường Sĩ quan Hành chánh Tài chánh khóa 10, thuộc Bộ Quốc phòng Quân lực Việt Nam Cộng Hòa.

- 1964. Vì lý do chính trị, bị chính quyền Tướng Nguyễn Khánh chỉ định cư trú tại Miền Tây, cách ly Miền Trung, thời hạn bốn năm [1964-1968].

- 1964-1969 phục vụ qua các đơn vị 211 Pháo Binh, Sư đoàn 21 Bộ binh [Bạc Liêu], Trung đoàn 10 Thiết giáp [Đức Hòa] Tiểu đoàn 251 Pháo Binh, Sư đoàn 25 Bộ Binh [Tây Ninh].

- 1970 giảng viên Trường Sĩ quan Hành chánh, Sàigòn.

- 1972 lập gia đình cùng Hoàng Thị Kim. Hiện sống tại Mỹ.

- 1973, giải ngũ cấp bậc Đại úy. Giáo sư Thỉnh giảng Viện Đại học Cộng Đồng Quảng Đà, Đà Nẵng.

- Sau 30 tháng 4-1975, vào trại Cải tạo ngắn ngày theo quy chế sĩ quan giải ngũ. Sống lây lất bằng đủ thứ nghề. Đạp xe ba gác, chạy xe ôm, làm cu ly bốc vác, thợ mây tre lá, thợ sơn mài. Năm 1982 tạm ổn định nhờ vợ buôn bán sơn mài. Nhiều thập niên làm thân chùm gởi trong gia đình, được vợ và con gái ân cần nuôi dưỡng, rất mực đầy đủ.

**

Nghề và nghiệp trọn đời: Viết văn.

Là một Nhà văn Độc lập. Suốt một đời cầm bút, tới nay đã trên 60 năm, qua nhiều chế độ, dân sự cũng như quân đội, không tham dự bất cứ một nhóm, một thi văn đoàn nào; không hề là hội viên của bất cứ hội Văn bút [PEN Club], hoặc hội Nhà văn nào, từ trung ương tới địa phương, thời Việt Nam Cộng Hòa cũng như sau 1975, trong cũng như ngoài nước.

Khởi nghiệp rất sớm. Có truyện và thơ đăng trên các báo từ 1956, với nhiều bút hiệu lúc ban đầu [Chương Dương, Việt Điểu, Uyên Linh] trước khi có bút hiệu Cung Tích Biền.

Với những bút hiệu này, đã đoạt được vài giải thưởng địa phương. Giải truyện ngắn ở Quảng Nam, 1958, giải thưởng thơ trường Quốc học Huế. Năm 1960, phụ trách một chương tình thơ, có tên Con Tàu Thi Ca, Đài phát thanh Huế.

**

Bút hiệu Cung Tích Biền xuất hiện lần đầu tiên trên tuần báo Nghệ Thuật, tháng 3-1966, tại Sàigòn, với truyện ngắn Ngoại ô, Dĩ An và Linh hồn Tôi.

Truyện này được viết tại Bạc Liêu tháng 11-1965. Tháng 3-1965 quân đội Mỹ đổ bộ lên Cảng biển Đà Nẵng, trực tiếp tham chiến vào chiến trường Việt Nam.

Có truyện đăng trên hầu hết các nhật báo, tuần báo, tập san văn học nghệ thuật có giá trị, trước và sau 1975, trong và ngoài nước, cả trên các trang web văn học. Có tác phẩm dịch sang Anh và Pháp ngữ.

Có rất nhiều sách, truyện ngắn truyện dài, đã in, đã phát hành từ những năm của thập niên 60 tại Miền Nam thế kỷ trước, tới sách đang in, sẽ in, phát hành tại Mỹ trong thế kỷ này.

Tác giả hiện định cư tại Orange County, California.

## II.1- Tác phẩm đã in:

- Ai Tỉnh Ai Điên [tân truyện 1968]
- Nỗi Buồn Thắp Sáng [truyện ngắn, 1969]
- Cõi Ngoài [truyện ngắn, 1969]
- Hòa Bình Nàng Tình Rỗng [tiểu thuyết, 1970]
- Chim Cánh Cụt [tiểu thuyết, 1990]
- Một Thời Lưu Lạc [tiểu thuyết, 1990]
- Tình Yêu Mùa Ảo Ảnh [tiểu thuyết, 1991]
- Thằng Bắt Quỷ [truyện ngắn, Tân Thư xb, USA 1993]
- En Traversant Le Fleuve [Edition Philippe Picquier] Paris 1994, bản dịch Qua Sông Phan Huy Đường
- Đành Lòng Sống Trong Phòng Đợi Của Lịch Sử [2015]
- Xứ Động Vật [tân truyện 2018]
- Mùa Xuân Cô Mơ Bay [2019].

- Thằng Bắt Quỷ [tái bản 2021]
- Nhạc Điệu Của Bầy Ong [2021]
- Đành Lòng Sống Trong Phòng Đợi Của Lịch Sử [bản mới 2021, có thêm nội dung]
- Bạch hóa [tập truyện – 2021]
- Một thời nên vắng mặt [tập truyện – 2021]
- Người đi theo Bóng [tập truyện – 2022]

## II.2- Tác phẩm in chui:

Năm 2007, khi còn ở trong nước, dưới sự kiểm duyệt gắt gao, hạn chế quyền tự do in ấn, Tác giả đã chủ trương nhà xuất bản Một Mình, tự in ấn và phát hành, những tác phẩm của chính Tác giả không thông qua sự kiểm duyệt của nhà nước XHCN.

Nhà xuất bản Một Mình có từ 2007, đã in: cả thảy 6 [sáu] tập truyện và một bộ Toàn Tập Cung tích Biển. Toàn Tập I, là Số Đặc biệt Văn chương Cung Tích Biển [2009 ww.Damau.org] – Toàn Tập II [2010, truyện ngắn] – Toàn tập III [2011, truyện ngắn,] – Toàn Tập IV [2112], truyện ngắn,] – Toàn Tập V, Mùa Hạ [tiêu thuyết, đã đăng194 kỳ trên Nhật báo Người Việt, California 2012, in thành sách tại VN, 2014].

## III- Tác phẩm in chung:

- Trên Ngọn Lửa, in chung với Doãn Quốc Sỹ, Dương Nghiễm Mậu, Thanh Tâm Truyền, Nhã Ca, Nguyễn Đình Toàn, Mai Thảo – Nhà xuất bản Hoàng Đông Phương, do Nguyễn thị Hoàng chủ trương, 1971]
- Bạch Hóa [Những Truyện Ngắn Hay Nhất Của Quê Hương Chúng Ta, Sài gòn 1974] Tuyển tập 45

truyện ngắn của 45 nhà văn hàng đầu Việt Nam
Cộng Hòa.
- Thằng Bắt Quỷ [Tổng Tập Truyện Ngắn VN Thế
  Kỷ XX, Hà Nội 2001]
- Đêm Hoang Tưởng [Văn Học, Hà Nội 2004].
- Qua Sông [30 năm Tạp chí Sông Hương]
- Thằng Bắt Quỷ [Tuyển tập 44 năm Văn chương
  Hải ngoại - Hoa Kỳ 2019]

**IV- Lời ngoại chú:**

Hiện các tác phẩm của Cung Tích Biền sáng tác
trước 1975, và một số lớn sáng tác sau 1975, đang bị
cấm sưu tập, in ấn, lưu hành tại Việt Nam.

Do hoàn cảnh, hãy còn một số lớn các tác phẩm của
tác giả [truyện ngắn, truyện vừa] đã đăng rải rác khắp
nơi chưa thể được sưu tập đầy đủ.

Trước 1975, Tác giả đã từng viết tiểu thuyết đăng
thường ngày [feuilleton] nhiều năm, trên nhiều nhật
báo, Hòa Bình, Độc Lập, Điện Tín, Đông Phương
[không kể các nhật báo Dân Chúng, Da Vàng, Sóng
Thần]. Rất nhiều tác phẩm [feuilleton] đã hoàn thành,
tới nay chưa hề xuất bản tác phẩm nào.

Một số tác phẩm đáng ra phải xuất bản trước 1975,
nhưng do nhiều lý do thời cuộc, đến nay vẫn chưa. Đó là
các tiểu thuyết *Luống Cải Vàng, Bên Dòng Nước Biếc,
Nỗi Lòng Người Phương Đông...* [Tuần báo Đời] *Những
Bọ Và Rắn* [tạp chí Quần Chúng] *Trường Giang* [Tuần
báo Khởi Hành]. Một số tác phẩm thời kỳ in giấy, nay
xem như tuyệt bản tại Việt Nam, do đại nạn thu gom đốt
sách, sau tháng Tư, 1975, từ chính quyền Hà Nội.

# PHỤ LỤC II

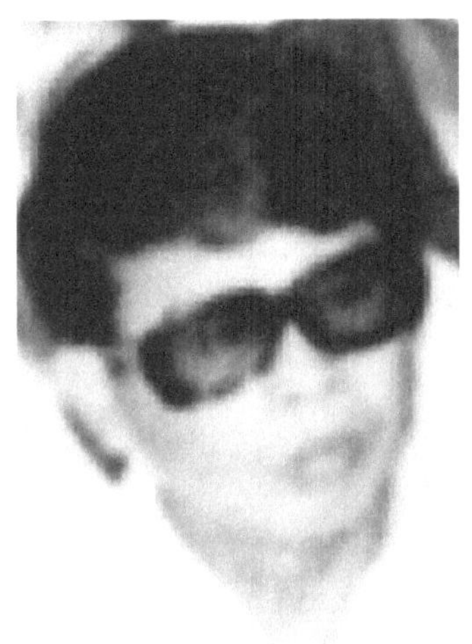

Cung Tích Biền
*[thời kỳ viết Quán Chiều, 1968]*

## NHẬN ĐỊNH CỦA NHIỀU TÁC GIẢ
*[Trích từ các bài viết, đã công bố]*

Truyện của Cung Tích Biền mang dấu ấn nặng nề của hiện thực. Đọc ông, ta tìm thấy ngay những mảnh cuộc sống đâu đó, rất gần gũi, rất chân xác, ai cũng có thể tự mình nhận ra. Có điều, hiện thực đó thường được che chắn bởi một lớp sương mỏng, khiến nó bỗng trở nên lung linh, hư ảo. Truyện của ông đứng dạng chân giữa hai bờ hư/thực. Ông điều động con chữ nhuần nhuyễn và thông minh. Rất dụng công mà lại tưởng chừng như không hề sử dụng nội lực. Khéo biến chúng thành những hình ảnh chờn vờn, lập lờ, đa nghĩa. Thoắt bên này, thoắt bên kia. Tưởng như đang nghe chuyện thực, bỗng hơi văn đột ngột lung linh, chập chờn đưa ta vào cơn mơ. Có lúc, tưởng đang mơ, thì những con chữ nhảy chồm ra ngoài đụng vào người, va vào vật, trở nên hiện thực một cách bất ngờ. Chữ, trong Cung Tích Biền, phải chăng là hồn ma bóng quế giữa cuộc đời đầy nghịch đảo?

**Trần Doãn Nho**

**

"Tôi gọi ông là nhà văn Uyên Áo Và Trầm Mặc Dị Thường giữa thời đương đại. Sức thấm đẫm và lan tỏa của văn chương Cung Tích Biền, tôi tin, vẫn còn vang vọng rất sâu xa về cái đẹp nhân văn, nhân bản trong những trang văn đầy những "Giọt máu không màu / Giọt mưa không suốt / Máu là mưa" (Thơ Cung Tích Biền) của ông".

**Nguyễn Lương Vỵ**

**

...Với ông, lúc này, chỉ khi mỗi dòng chữ được tự do, giá trị mà nó truyền đạt mới xứng với tinh thần văn học Sàigòn, nơi nuôi dưỡng, phát hiện và tôn vinh năng lực sáng tạo của ông.

Tôi tôn trọng ông. Những Nhà văn lớn của nền văn học Sàigòn trước đây, sự tồn tại bền vững giá trị tác phẩm của họ trong lòng người đọc, lúc này, và trong tương lai vẫn là một tầm cao chuẩn mực.

...Một khi độc giả đặt mình trước di sản văn học đa dạng, phong phú của văn chương Sài gòn, trước sự rộng lượng của tính nhân văn cao cả mà nó thừa hưởng từ buổi bình minh văn học tự do, họ sẽ thấy rõ giá trị của sự kiêu hãnh và cả nỗi bất hạnh của những nhà văn dù còn sống hay đã khuất, đến tận hôm nay, sáng tạo của họ vẫn cứ sáng rực, thứ ánh sáng không thể bôi bẩn.

Trần Tiến Dũng

**

Cung Tích Biền sống trọn qua đôi bờ lịch sử, lúc thiếu thời trong vùng kháng chiến, lớn lên trong quân đội Việt Nam Cộng Hòa, và hơn ba mươi năm trong vòng vây xã hội chủ nghĩa. Anh sống khiêm tốn, và sáng tác khá âm thầm, miệt mài đơn độc. Nhiều người như thế đã từ lâu bỏ cuộc. Còn anh, anh vẫn càng ngày càng như tìm rõ con đường là Chân lý, là phải định hướng cho đúng trước Thân phận, Con người, Đất nước và Thế giới.

Trần Tuấn Kiệt

**

Cung Tích Biền, nhà văn hiện đại của Việt Nam đã là nhân chứng của chiến tranh và thời hậu chiến xã hội chủ nghĩa, thường áp dụng thể thức ngụ(y) ngôn và phản cấu trúc (deconstruction) trong sáng tác như một cách đối phó với "yếu tố lịch sử."

Ý niệm tha hương của Cung Tích Biền được phản ảnh trong hầu hết những tác phẩm của ông, qua mọi khía cạnh, chính trị, xã hội, địa lý, tâm lý, và nghệ thuật. Ý niệm tha hương có lẽ đã hiện hữu trong tâm khảm nhà văn từ buổi sơ khai của cuộc Nội Chiến Bắc/ Nam.

**Đinh Từ Bích Thúy**

**

Điều nổi bật trong văn Cung Tích Biền là tiết kiệm ngôn ngữ. Ít có nhà văn Việt Nam nào bần tiện như ông. Đọc cả một quyển sách, không thấy có mấy câu thừa chữ.

Cung Tích Biền biết giá trị của ngôn ngữ. Vì ông có điều đáng nói với đời, ít nhất đời người Việt. Điều đáng nói ấy là ngọn lửa soi sáng, nung đúc văn ông trong suốt ba mươi năm. Chính vì nó đáng nói, chính vì ông lấy đời mình nung đúc nó suốt ba mươi năm qua mà lời nói ấy biến thành văn, mà tình cảm đó biến thành nghệ thuật.

**Trần Đạo - [Phan Huy Đường]**

**

Cung Tích Biền có khi ông là một người quan sát, có khi ông là một nhân vật ngu ngơ, có khi ông là tác giả biết tất cả, có khi ông biết có giới hạn. Ông vừa tỏ ra là người "vô can", lại vừa như là một người "bị nạn". Nhiều khi nó chỉ là một vài khơi gợi, một chút giới thuyết nhằm manh nha ý đồ "chỉ đường" cho người đọc, nhiều khi lại bỏ ngỏ. Nó là một sự "thả lỏng" hoàn toàn, nó để cho tác giả - tác phẩm và người đọc tương tác với nhau, và người đọc được người viết đặt để ở vị trí khá cao, họ có diễn ngôn của riêng mình.



PHỤ LỤC

...Có hai loại độc giả: Loại thứ nhất gồm những người cả đời chỉ thích loại truyện giải trí. Loại thứ nhì là độc giả có kinh nghiệm hơn, họ không chê bỏ loại truyện giải trí, nhưng họ luôn muốn tìm đọc loại truyện lý giải vì chúng đem lại hiểu biết và kiến quan mới mẻ hơn.

Loại truyện lý giải thường không thể đọc nhanh được. Nó đòi ta đọc đi đọc lại. Thậm chí một tiêu chuẩn cho truyện ngắn hay là ở chỗ nó buộc ta đọc nhiều lần mới thưởng thức được. Đọc xong một truyện ngắn lần đầu thì mới chỉ là bước khởi sự. Bạn cần suy nghĩ và đọc lại cho đến khi nhìn ra nhiều điều hơn là 'diễn biến cốt truyện', hiểu ra những ý nghĩa tế vi mà tác giả muốn trình bày, vì ở mỗi truyện ngắn, tác giả luôn muốn nói điều gì đó, nhận xét cái gì đó, và họ chọn thể loại truyện ngắn vì họ thấy nó thích hợp nhất cho việc diễn đạt những điều họ có trong đầu.

Lý Đợi

**

Truyện Cung Tích Biền là những truyện viết về một thế giới không có trái tim, hoặc nếu có, chỉ có ở lớp người cùng khổ, lớp người không được sống cho ra con người. Truyện của ông đọc muốn ứa nước mắt, muốn khóc mà không khóc được, nước mắt như hóa thành giọt lệ khô.

Đọc Cung Tích Biền như nhấm nháp từng ngụm café đắng nghét. Văn ông gọn ghẽ, cô đọng như những giọt café đặc quẹo nơi xứ sở ông đang sống. Tiết kiệm từng lời, dè sẻn từng chữ. Ông không chịu "thừa, dư" một chữ, không phí phạm thì giờ để tả tình tả cảnh dông dài. Những câu, chữ ngắn, gọn, đến không thể ngắn, gọn hơn.

**Lê Hữu**

**

Cung Tích Biền – một nhà văn vị nghệ thuật, viết rất đều và viết hay, tôi là một trong những người ái mộ ông từ trước 75.

Cung Tích Biền có nhận xét đáng suy nghĩ về thiên chức của ngòi bút, *'Văn chương có thể huyền ảo, nhưng trách nhiệm của Nhà văn không thể là một hư ảo'*.

**Đỗ Xuân Tê**

**

Những tác phẩm của Cung Tích Biền, cực đoan để mở đến tận cùng các chiều kích của đời sống và sáng tạo, và liên tục nhau đưa văn chương Việt Nam lên một đỉnh cao mới. Đi giữa lịch sử và hư diễn, giữa hiện thực và phóng tưởng, Cung Tích Biền đối mặt với những đề tài khốc liệt và xử lý chúng bằng tự do sáng tạo tuyệt đối. Giá trị đích thực của văn chương là ở đó.

**Đặng Thơ Thơ**

**

Cung Tích Biền. "Nhà văn, đặc biệt trong những thời điểm nhất định, những giai đoạn nghiêm trọng và ngặt nghèo của lịch sử chẳng hạn, không chỉ viết, họ lập ngôn. Nhà văn tồn tại qua chữ nghĩa của họ, và không chỉ tồn tại. Họ phải tồn tại như một con người.

Cho nên nhà văn phải xứng đáng với chữ nghĩa của mình, và không chỉ cho và vì chính mình. Cho sự tồn tại của Con Người, viết hoa."

**Phùng Nguyễn**

**

Tôi đọc Cung Tích Biền từ ngày tuổi nhỏ, rải rác đâu đó, khi một truyện ngắn, trong sách, khi trên báo. Ấn tượng sâu sắc của tôi về ông, trước năm 1975, là truyện dài *Luống Cải Vàng*, đăng nhiều kỳ trên tuần báo Đời của Chu Tử, say mê.

Đó là câu chuyện về chiến tranh và hòa bình, về giấc mơ hạnh phúc làng quê. Xây dựng nhân vật là yếu tố quan trọng nhất của nghệ thuật Cung Tích Biền. Chủ đề của truyện dàn trải rộng và thường xoay quanh các thời điểm lịch sử. Trên cái nền ấy, tính cách nhân vật của ông, yêu và ghét, được rõ ràng bộc lộ. Truyện là sự mô tả tuyệt đẹp về một thiên nhiên Việt Nam đáng yêu, là hoài niệm quê nhà, sự phản kháng đối với nghịch cảnh, sự tố cáo, nhưng đầy tính văn chương, đối với các tội ác, các mê lầm về cách mạng và chiến tranh.

**Nguyễn Đức Tùng**

**

Đọc Cung Tích Biền không thể mong tìm thấy một sự bình an. Tất cả như đang loay hoay tìm một chỗ treo tạm thời mong manh, huyễn dụ của linh hồn. Và sợi dây treo mượn tự vấn, lạc loài giữa thời cuộc nhiễu nhương, bấy loạn hiện thời ấy có thể bị tước đoạt, bị đứt phựt bất cứ khi nào. Những đứt đoạn, những tháo rời mệt mề của nghĩa và của chữ. Hay nghìn cân hàn kín trong một dấu chấm hết. Vẫn còn đó những gãy đổ không thương tiếc tự hủy của con vật hai chân ngậm tiếng nói châu ngọc mơ kiếp Con Người đứng thẳng và ngang nhiên trên mặt đất.

Kính chúc anh Cung Tích Biền và gia quyến một năm mới an khang thịnh vượng. Dồi dào sức khỏe và nguồn hứng sáng tạo!Quý trọng!

**Nguyễn Hữu Hồng Minh**

**

Nhiều người đọc sách ngại đọc những loại sách viết theo thủ pháp hư diễn như Cung Tích Biền vì quá mỏi mệt cho trí não, phải theo dõi từng giòng văn thật chẳng dễ chịu gì. Riêng tôi, cầm những quyển sách của ông, tôi buồn rầu dán mắt đọc trong sự bi thiết tột cùng. Như một gã tử tội sau chuyến hụt chết trở về một mình, lặng lẽ đứng ngắm cánh đồng chết chóc ngày nào từng gieo rắc tai ương, và đánh đắm thân phận tôi bằng những giọt độc tố, tiệm tiến, tăng dần nồng độ, tàn phá tan hoang thân thế mình.

Phải chăng từ những trang ấy, tôi tìm ra những mảnh vụn vỡ tả tơi ngày nào. Những ký ức lung linh ấy, dường như còn có thể nghe ra tiếng điêu linh lồng lộng một thời lửa bom...

**Đặng Châu Long**

**

Văn chương của Cung Tích Biền là một trong những vạt bóng tối để làm cho đời sống này giá trị hơn. Những ám ảnh và gánh nặng tôi mang theo từ truyện của ông là những nỗi đau cần thiết và lành mạnh, để tôi trở thành một người hiểu biết và tốt đẹp hơn.

**Hoàng Ngọc Thư**

**

Tôi vẫn thích lối văn kể chuyện kiệm lời, pha lẫn chút bình thản đến lạnh lùng, hài hước mà cay đắng, hờ hững mà quặn đau, trong các tác phẩm của anh.

Đọc lại truyện ngắn của Nhà văn Cung Tích Biền, tôi thêm hiểu rằng truyện của anh không phải loại truyện chỉ đọc một lần. Nó mang tham vọng muốn chuyển tải những suy tư thầm lặng, những trăn trở của anh về lịch sử, về đất nước, về văn hóa, qua những lớp vỏ ngôn ngữ đa tầng đa nghĩa mang tính dụ ngôn.

**Huỳnh Ngọc Chiến**

# MỤC LỤC

# PHỤ LỤC

NGƯỜI ĐI THEO BÓNG
*Tập Truyện*
CUNG TÍCH BIỀN

Thao Thao Xuất bản 2022

Tác giả:
**Cung Tích Biền**
luongcaivang@yahoo.com
714.837.3741

Nhà xuất bản Thao Thao
Tổng phát hành trên toàn thế giới
Đặt mua sách:
*info@thaothao.net*
Hoặc mua trực tiếp ở địa chỉ:
*Amazon.com*

www.ingramcontent.com/pod-product-compliance
Lightning Source LLC
Chambersburg PA
CBHW030821210726
48290CB00002B/695